கொஞ்சம் அறிவியல், கொஞ்சம் கதை!

கொஞ்சம் அறிவியல், கொஞ்சம் கதை!

என். சொக்கன்

Title: Konjam Ariviyal Konjam Kathai
Author's Name: N Chokkan
Copyright © N Chokkan2022
Published by Kamarkat

Kamarkat Prachuram
(An imprint of Zero Degree Publishing)
No. 55(7), R Block, 6th Avenue,
Anna Nagar,
Chennai - 600 040

Website: www.zerodegreepublishing.com
E Mail id: zerodegreepublishing@gmail.com
Phone : 89250 61999

Ezutthu Prachuram First Edition: August 2022
ISBN: 978-93-93882-09-7
Kamarkat No: 5

Rs.

Cover Design & Layout: Vijayan, Creative Studio

பொருளடக்கம்

நன்றி

இந்தக் கதை/கட்டுரைகளை வெளியிட்ட இதழ்கள்:
குமுதம்
கோகுலம்
முத்தாரம்
சூரியக் கதிர்

1. பூமியா? சூரியனா?

சில நூற்றாண்டுகளுக்குமுன்னால் ஒரு பள்ளி, ஒரு வகுப்பறை, நிறைய மாணவர்கள்!

அந்தக்காலமானால் என்ன? மாணவர்கள் என்றைக்கும் மாணவர்கள்தானே? வாத்தியார் இன்னும் வரவில்லை என்பதால் அங்கே செம அரட்டை, ஒரே கலாட்டா, கூச்சல், களேபரம், அல்லோலகல்லோலம்.

நல்லவேளையாக ஆசிரியர் வந்துவிட்டார். ஒருவழியாகச் சத்தம் அடங்கியது. வகுப்பு தொடங்கியது.

'இன்னிக்கு நாம பூமி, சூரியன், கோள்கள், நட்சத்திரங்களோட அமைப்புபத்திப் படிக்கப்போறோம்' என்றார் ஆசிரியர். மளமளவென்று ஒரு சிக்கலான படம் வரைந்து காண்பித்தார். 'இந்த அமைப்பைக் கண்டுபிடிச்சவர் பேரு யாருக்காவது தெரியுமா?'

முதல் வரிசையிலிருந்த ஒரு பையன் கை உயர்த்தினான். 'எனக்குத் தெரியும் சார். அவர் பேரு தாலமி!'

'கரெக்ட்' பார்வையால் அவனைப் பாராட்டினார் ஆசிரியர். 'இந்தப் படத்துல நடுவிலே இருக்கற கறுப்பு வட்டம் என்னது?'

'பூமி!' பையன்கள் கோரஸாகச் சொன்னார்கள்.

'ஆமா!' என்றார் ஆசிரியர். 'பூமி நடுவுல இருக்கு. மத்த கோள்கள் எல்லாம் சிக்கலான பாதையில அதைச் சுத்திவருது. இதுதான் தாலமியோட கொள்கை!'

அவர் தொடர்ந்து பேசுவதற்குள் ஒரு பையன் குறுக்கிட்டான். 'சார். மன்னிக்கணும். இந்தப் படத்துல சூரியனையே காணோமே!'

'பூமிதான் இங்கே முக்கியம்' அலட்சியமாக பதில் சொன்னார் ஆசிரியர். 'சூரியன் அதைச் சுத்திவர்ற எத்தனையோ நட்சத்திரங்கள்ல ஒண்ணு. அவ்ளோதான்.'

கேள்வி கேட்ட மாணவன் முகத்தில் அதிர்ச்சி வெளிப்படையாகத் தெரிந்தது. 'அ-அ-அது சரியில்லைன்னு...'

'யார் சொன்னாங்க?'

'தாலமியோட இந்தக் கொள்கையை பிதாகரஸ் ஆதாரத்தோட மறுத்திருக்கறதா நான் படிச்சிருக்கேன்' என்றான் அந்த மாணவன். 'சூரியன்தான் நடுவில இருக்கறதா பிதாகரஸ் சொல்றார். பூமி, மத்த கோள்கள் எல்லாமே சூரியனைத்தான் சுத்திவருதாம்.'

அவன் இப்படிச் சொன்னதும் ஆசிரியர் புரிந்ததுபோல் சிரித்தார். 'பிதாகரஸ் அப்படிச் சொன்னது நிஜம்தான். ஆனா அது சரியில்லை, சுத்தத் தப்பு!'

'அப்படியா சார்?'

'ஆமா. பிதாகரஸ் சொன்னதை அரிஸ்டாட்டில் மறுத்திருக்கார். பூமியைச் சுத்திதான் எல்லாக் கோள்களும் நட்சத்திரங்களும் வட்டமடிக்குதுன்னு அவர் தீர்மானமாச் சொல்றார். எப்படி தெரியுமா?'

'எப்படி சார்?'

'இந்தப் பிரபஞ்சத்திலயே ரொம்ப உசத்தியானதுன்னு பார்த்தா, நம்ம மனுஷ இனம்தான். அதனால சூரியனோ, மத்த கிரகங்களோ அந்த மனுஷனைச் சுத்திதான் இயங்கணும். அதுதான் முறை.'

ஆசிரியர் இப்படிச் சொல்லிமுடித்ததும் மாணவர்கள் அசந்துபோனார்கள். 'நம்ம வாத்தியார் பெரிய புத்திசாலிதான்!' என்று மனத்துக்குள் நினைத்துக்கொண்டார்கள்.

பையன்கள் இப்படிப் பரவசப்பட்டுக்கொண்டிருந்த நேரம், அந்த ஆசிரியருக்குள் ஒரு திடீர் குழப்பம். 'இவ்வளவு தைரியமமாகப் பேசுகிறேனே, நான் இப்போது சொன்னது சரிதானா? ஒருவேளை தப்பாக இருந்துவிட்டால்?'

தாலமி ஒரு விஷயம் சொல்கிறார். பிதாகரஸ் அதை மறுக்கிறார். அரிஸ்டாட்டில் அவரை மறுக்கிறார். இதில் நான் எங்கே?

'பூமிதான் பிரபஞ்சத்தின் நடுவே உள்ளது' என்று பல நூற்றாண்டுகளுக்குமுன்னால் தலாமி சொன்னதை நான் கேள்வி கேட்காமல் நம்புகிறேன். இது சரிதானா? இதை நான் நிஜமாகவே நம்புகிறேனா, அல்லது எல்லோரும் சொல்கிறார்கள் என்பதற்காகக் கண்மூடித்தனமாகப் பின்பற்றுகிறேனா? என்னிடம் படிக்கிற இந்த மாணவனுக்கு இருக்கிற பகுத்தறிவு, எதையும் கேள்வி கேட்டு உறுதிப்படுத்திக்கொள்கிற முனைப்பு எனக்கு இல்லையே!

குழப்பத்தில் அவருக்குப் பேச்சு வரவில்லை. அதோடு வகுப்பை முடித்துக்கொண்டு வெளியேறினார்.

ஆனாலும் அந்தக் கேள்விகள் அவரை விடவில்லை. 'யாரோ சொன்னதை அப்படியே நம்புகிறேன். அதைப் பலநூறு மாணவர்களுக்குச் சொல்லித்தருகிறேன். ஓர் உண்மையான ஆசிரியனாக, அறிவியல் ஆர்வம் உள்ளவனாக நான் நடந்துகொள்ளவில்லை.'

பலவிதமாக யோசித்தபிறகு அவர் ஒரு முடிவுக்கு வந்தார்.

'இனிமே ஆராய்ஞ்சு பார்க்காம எதையும், யார் சொல்றதையும் நம்பறதில்லை. சொன்னது எப்பேர்ப்பட்ட ஆளா இருந்தாலும் பரவாயில்லை.'

ஆய்தலும் அறிதலும்தான் அறிவியலின் அடிப்படை என்று புரிந்துகொண்டபிறகு அவருக்கு எந்த மனக்குழப்பமும் இல்லை. மேலும் மேலும் தீவிரமாகப் படிக்கத் தொடங்கினார். நிஜமாகவே சூரியன் பூமியைச் சுற்றுகிறதா, அல்லது பூமி சூரியனைச் சுற்றிவருகிறதா என்பதுபற்றிப் பலவிதமான ஆராய்ச்சிகளில் இறங்கினார்.

இப்போது அறிவியல் படிக்கிற உங்களுக்குத் தெரியும், சூரிய மண்டலத்தின் மத்தியில் சூரியன்தான் உள்ளது. பூமி உள்ளிட்ட அனைத்துக் கோள்களும் அதை நீள்வட்டப் பாதையில் சுற்றிவருகின்றன.

ஆனால் அன்றைக்கு அந்த முன்னாள் ஆசிரியர் அதை ஆராய்ந்து சொன்னபோது அவரை யாருமே நம்பவில்லை, ஏற்றுக்கொள்ளவில்லை. 'தாலமி சொன்னது எப்படித் தப்பாப்போகும்? இந்தாள் ஏதோ உளர்றான்.'

அவர்மட்டுமில்லை. பின்னர் அதேபோன்ற கருத்தை வெளிப்படுத்திய இன்னும் பலருக்குக் கிண்டல், கேலி, அவமானம்தான் கிடைத்தது. அடி, உதை, நீதிமன்ற வழக்கு, தண்டனை என்று அவதிப்பட்டவர்களும் ஏராளம்.

ஆனால் கடைசியில், அவர்களுடைய கட்சிதான் ஜெயித்தது. பூமி சூரியனைச் சுற்றிவருவது ஆதாரபூர்வமாக நிரூபிக்கப்பட்டது. உண்மையை மறுத்துப் பேசி அடாவடி செய்தவர்களெல்லாம் வாயை மூடிக்கொண்டார்கள்.

பல நூற்றாண்டுகளாகக் கேள்வி ஏதும் இன்றி ஏற்றுக்கொள்ளப்பட்ட ஒரு விஷயத்தை எதிர்த்துத் தைரியமாக முதல் கல் வீசிய அந்த அறிவியலாளர், நிக்கோலஸ் கோபர்னிகஸ். இன்றைக்கு நாம் வானியல்பற்றி அறிந்துகொண்டிருக்கிற பல விஷயங்களுக்கு ஆரம்ப விதை போட்டவர் அவர்தான்.

அன்று கோபர்னிகஸ் வகுப்பில் தைரியமாகக் கேள்வி எழுப்பி அவருக்குக் கண் திறந்துவிட்ட அந்தப் புத்திசாலி மாணவன் யாரோ தெரியவில்லை. ஆனால் அவரைப் பின்பற்றி வந்த அறிவியலாளர்கள் பலர் இந்தத் துறையைப் புரட்டிப்போட்டுச் சாதனை படைத்திருக்கிறார்கள். அந்தவிதத்தில் ஓர் ஆராய்ச்சியாளராகவும், ஆசிரியராகவும் கோபர்னிகஸின் பங்களிப்பு மிக முக்கியமானது!

2. ஆறு பேர் போதும்!

மிஸ்டர் ஜான்ஸன் காரை நிறுத்தினார். தளர்வாகக் கீழே இறங்கினார்.

அன்றைக்கு அவருடைய அலுவலகத்தில் வேலை அதிகம். வீடு திரும்பும் வழியிலும் ஏகப்பட்ட போக்குவரத்து நெரிசல். பெண்டு நிமிர்ந்துவிட்டது.

ஆகவே ஜான்ஸன் இப்போது களைப்பின் உச்சத்தில் இருந்தார். சீக்கிரமாக வீட்டுக்குள் நுழைந்து சோஃபாவில் விழவேண்டும் என்று அவரது கால்கள் கெஞ்சிக்கொண்டிருந்தன.

கதவைத் தட்டுவதற்கு முன்னால் எதேச்சையாகப் பக்கத்தில் இருந்த தபால் பெட்டியைப் பார்த்தார் ஜான்ஸன். அங்கே அவருக்காக ஒரு கடிதம் காத்திருந்தது. எடுத்துப் பிரித்தார்.

உள்ளே சில காகிதங்கள். அவற்றைப் படிக்க ஆரம்பித்த ஜான்ஸனுக்குச் சட்டென்று களைப்பு மறைந்தது. உடம்பெல்லாம் ஒரு பரவச உற்காகம் பொங்கியது.

அப்படி அந்தக் கடிதத்தில் என்னதான் இருந்தது? மிஸ்டர்

ஜான்ஸன் முகம் கழுவித் திரும்புவதற்குள் அவரது மேஜைமேல் இருக்கிற கடிதத்தைப் படித்துவிடலாம். வாங்க!

'அன்புள்ள நண்பருக்கு, என் பெயர் ஸ்டான்லி மில்க்ரம். நான் ஒரு விஞ்ஞானி. ஒரு சமூகவியல் பரிசோதனைக்காக நான் உங்களைத் தொடர்புகொள்கிறேன்.'

'உண்மையில் இந்தக் கடிதம் உங்களுக்கு எழுதப்பட்டது அல்ல. பாஸ்டனில் இருக்கும் ஜோசஃப் கெல்லர் என்பவருக்குச் சென்றுசேரவேண்டியது.'

'இப்போது நீங்கள் என்ன நினைக்கிறீர்கள் என்று என்னால் ஊகிக்கமுடிகிறது. யாரோ ஒரு ஜோசஃப்புக்குச் செல்லவேண்டிய கடிதத்தை ஏன் எனக்கு அனுப்பவேண்டும்? இந்த ஆளுக்கு என்ன பைத்தியம் பிடித்திருக்கிறதா?'

'நான் முன்பே சொன்னதுபோல் இது ஒரு பரிசோதனை. அமெரிக்கர்கள் ஒருவரை ஒருவர் எந்த அளவுக்கு அறிந்துவைத்திருக்கிறார்கள் என்று அறிவியல்ரீதியில் கண்டறிவதற்கான முயற்சி!'

'இந்தப் பரிசோதனைக்கு உங்கள் பெயரை யாரும் பரிந்துரை செய்யவில்லை. நாங்களே சில நூறு அமெரிக்கர்களின் முகவரிகளைத் தேர்வு செய்திருக்கிறோம். இவர்கள் எல்லோரும் பாஸ்டனிலிருந்து வெகு தூரத்தில் வசிப்பவர்கள். இவர்களுக்கு அந்த ஜோசஃப் கெல்லரைத் தெரிந்திருக்க வாய்ப்புகள் மிகவும் குறைவு.'

'ஒருவேளை உங்களுக்கு ஜோசஃப் கெல்லரை ஏற்கெனவே தெரியும் என்றால், இத்துடன் இணைக்கப்பட்டிருக்கும் கடிதத்தை அவருக்கு அனுப்பிவையுங்கள். ஒருவேளை அவரை உங்களுக்கு அறிமுகம் இல்லை என்றால், உங்களுடைய நண்பர்கள், உறவினர்கள், வேறு யாருக்கு அவரைத் தெரிந்திருக்கலாம் என்று யோசியுங்கள். அவர்களுக்கு இந்தக் கடிதத்தை அனுப்பிவிடுங்கள்.'

'இப்படி உங்களிடமிருந்து அவருக்கு, அவரிடமிருந்து இன்னொருவருக்கு... பல கைகள் மாறி அந்தக் கடிதம் கடைசியாக ஜோசஃப் கெல்லருக்குக் கிடைக்கும். அப்போது அது எத்தனை கைகள் மாறியது என்று நாங்கள் ஆராய்ச்சி செய்வோம். அதன் அடிப்படையில் நம் அமெரிக்காவில் மக்கள் எந்த அளவு ஒருவருக்கு ஒருவர் அறிமுகமாகியிருக்கிறார்கள் என்பதுபற்றிப் பல முக்கியமான உண்மைகளைக் கண்டறியமுடியும் என நம்புகிறோம். உங்கள் ஒத்துழைப்புக்கு நன்றி!'

முகம் கழுவித் திரும்பி வந்த ஜான்ஸன் யோசித்தார். 'எனக்கு இந்த ஜோசஃபைத் தெரியாது. ஆனால் என் பெரியப்பா ஜொனாதன் அங்கே பாஸ்டனில்தான் வசிக்கிறார். ஒருவேளை அவருக்கு இவரைத் தெரிந்திருக்கலாம்.'

உடனடியாக ஜான்ஸன் ஒரு கவரை எடுத்தார். அதில் பெரியப்பா ஜொனாதனின் முகவரியை எழுதி சகலத்தையும் அவருக்கு அனுப்பிவைத்தார்.

ஆனால் ஜொனாதனுக்கும் அந்த ஜோசஃபைத் தெரிந்திருக்கவில்லை. அவர் தன்னுடைய சிநேகிதியான டினாவுக்கு அனுப்பினார்.

அப்புறமென்ன, டினாவிடமிருந்து தாமஸுக்கு, தாமஸிடமிருந்து வில்லியமுக்கு, வில்லியமிடமிருந்து பீட்டருக்கு என்று பல பேருக்குத் தாவிச் சென்ற அந்தக் கடிதம் சில வாரங்கள் கழித்து ஜோசஃப் கெல்லருக்குப் போய்ச்சேர்ந்தது. அதற்குள் அது எட்டு கைகள் மாறியிருந்தது. ஸ்டான்லி மில்க்ரம் தலைமையிலான ஆராய்ச்சிக் குழுவினர் அதைக் கவனமாகக் குறித்துக்கொண்டார்கள்.

இதேபோல் அமெரிக்காமுழுவதும் நூற்றுக்கணக்கான கடிதங்கள் அனுப்பப்பட்டன. அவை ஒவ்வொன்றும் எத்தனை முறை தாவியபிறகு உரிய நபர்களைச் சென்றடைகின்றன என்று கணக்கெடுக்கப்பட்டது.

இப்படிச் சேகரிக்கப்பட்ட விஷயங்களையெல்லாம் தொகுத்துப்

பார்த்த ஸ்டான்லி மில்க்ரம் ஒரு மிகப் பெரிய உண்மையைக் கண்டறிந்தார். 'அமெரிக்காவில் முன்பின் தெரியாத இரண்டு பேரை இணைப்பதற்குச் சராசரியாக 5.5 நபர்கள்தான் தேவைப்படுகிறார்கள்.'

அதாவது, நாம் சற்றுமுன் சந்தித்த ஜான்ஸன், ஜோசஃப் இருவருக்கும் ஒருவரை ஒருவர் அறிமுகமில்லை. ஆனால் இவர்களுக்கு நடுவில் சுமார் ஆறு பேரைச் சேர்த்தால், ஜான்ஸனிடம் இருந்த கடிதம் ஜோசஃப்புக்குச் சென்றுசேர்ந்துவிடுகிறது.

இந்த விஷயத்தைப் புரிந்துகொள்ள நீங்கள் அமெரிக்காவரைக்கும் போகவேண்டியதில்லை. உங்களுடைய பள்ளியிலேயே இதை ஆராய்ந்துபார்க்கலாம்!

உதாரணமாக உங்கள் பள்ளியில் யாராவது ஒரு மாணவரைத் தேர்ந்தெடுங்கள். அவர் எப்படி உங்களுடைய நட்பு வட்டத்தில் வருகிறார் என்று கணக்குப் போடுங்கள். இப்படி?:-

ரோஹன் என்னோட ஃப்ரெண்ட். அர்விந்த் ரோஹனோட ஃப்ரெண்ட். மீனா அர்விந்தோட ஃப்ரெண்ட். அர்ஜுன் மீனாவோட ஃப்ரெண்ட். தர்ஷினி அர்ஜுனோட ஃப்ரெண்ட்... ஆக, உங்களுக்கும் தர்ஷினிக்கும் நேரடி நட்பு இல்லாவிட்டாலும் இடையில் உள்ள சில நண்பர்களின்மூலம் நீங்கள் ஒருவரோடு மற்றவர் பிணைக்கப்பட்டுவிடுகிறீர்கள். இல்லையா?

இது உங்கள் பள்ளியில்மட்டுமல்ல. உங்களுடைய தெருவில், ஊரில், நம் மாநிலத்தில், நாட்டில், உலக அளவில்கூட உண்மை சம்பந்தமே இல்லாத எந்த இருவரையும் இணைப்பதற்குச் சில புள்ளிகளே போதும்!

பல வருடங்களுக்குமுன்னால் ஸ்டான்லி மில்க்ரம் இந்த உண்மையை ஆராய்ந்து சொன்னபோது யாரும் நம்பவில்லை. 'உலகம் அத்தனை சின்னது இல்லை சார்' என்று அவரைக் கிண்டலடித்தார்கள்.

ஸ்டான்லி மில்க்ரம் அசரவில்லை. இப்படி ஒரு புதுமையான பரிசோதனையைச் செய்துகாண்பித்தார். அதன்மூலம் அமெரிக்காவின் எந்த மூலையில் உள்ளவர்களையும் இணைப்பதற்குச் சராசரியாக ஆறு பேர் போதும் என்று ஆதாரபூர்வமாக நிரூபித்தார்.

இன்றைக்குச் சமூக அறிவியல் ஒரு முக்கியமான துறையாக உருவெடுத்திருக்கிறது. கடிதங்களில் தொடங்கிய தகவல் தொடர்பு தொலைபேசி, ஈமெயில், இன்டர்நெட் அரட்டை, ஃபேஸ்புக், ட்விட்டர் போன்ற சோஷியல் நெட்வொர்க் இணைய தளங்கள் என்று பலவிதமாக வளர்ந்துவிட்டது. ஆனாலும் அன்றைக்கு ஸ்டான்லி மில்க்ரம் முன்வைத்த அடிப்படைக் கோட்பாடுகள் மாறவே இல்லை. இப்போது அதனை 'Six degrees of freedom' என்று அழைக்கிறார்கள்.

யோசித்துப்பாருங்கள், உங்களுக்கும் சச்சின் டெண்டுல்கருக்கும் இடையே, உங்களுக்கும் அப்துல் கலாமுக்கும் இடையே, உங்களுக்கும் பாரக் ஒபாமாவுக்கும் இடையே, உங்களுக்கும் வேறெந்தப் பிரபலத்துக்கும் இடையே இருப்பது ஜஸ்ட் ஆறே பேர்தான்! இந்தச் சின்னஞ்சிறு உலகத்தில் நமக்குள் சண்டை, சச்சரவுகள், போட்டி பொறாமைகள், ஏற்றத்தாழ்வுகளெல்லாம் எதற்கு?

3. நாணயம் + பழரசம் = புத்தகம்

திராட்சைப் பழரசம் எப்படித் தயாரிப்பார்கள் தெரியுமா?

உங்கள் வீட்டில் தயாரிக்கும் பழரசத்துக்கு ஒரு சின்ன மிக்ஸி அல்லது ஜூஸர் போதும். ஆனால் அதே பழரசத்தைப் பல நூறு லிட்டர் கணக்கில் தயாரிக்கவேண்டியிருந்தால்? மூட்டைமூட்டையாகத் திராட்சைப் பழங்களைக் கொண்டுவந்து கொட்டி பிரம்மாண்டமான ஓர் இயந்திரத்தால் அழுத்திப் பிழியவேண்டியிருக்கும். இல்லையா?

அப்படி ஓர் இயந்திரத்தின் அருகேதான் ஜோஹான் குட்டன்பர்க் நின்றுகொண்டிருந்தார். பெரிய மரப் பாத்திரம் ஒன்றில் பழங்கள் கொட்டப்படுவதையும் நன்கு அழுத்தப்படுவதையும் ஆவலுடன் வேடிக்கை பார்த்தார் அவர்.

மறுவிநாடி, எப்போதோ சின்ன வயதில் பார்த்த ஒரு காட்சி அவரது மனத்திரையில் தோன்றியது. அப்படியே அந்தப் பழைய நினைவுகளில் மூழ்கிப்போனார்.

ஜோஹான் குட்டன்பர்குடைய ஞாபகத்தில் தோன்றிய அந்தக் காட்சியும் ஓர் இயந்திரத்தைப்பற்றியதுதான். அதன் பெயர்

'காயின் பஞ்ச்.'

'காயின்' என்றால் காசு. ரூபாய் நோட்டு அல்ல. சில்லறை நாணயம்!

அந்தக் காலத்தில் காசு அடிப்பதற்கு உலோகத் தகடுகளை வட்டமாக, தடிமனாக வெட்டுவார்கள். பின்னர் அவற்றின்மீது கடினமான அச்சுகளை வைத்து ஒற்றுவார்கள். உடனே அந்த அச்சுகளில் இருக்கிற பொம்மை, எண், வடிவமைப்பு எல்லாமே அந்த உலோகத் தகட்டில் அப்படியே பதிந்துகொள்ளும். இந்த முக்கியமான வேலையைச் செய்யும் இயந்திரம்தான் காயின் பஞ்ச்!

முன்பு எப்போதோ காயின் பஞ்ச் இயங்கும் விதத்தைப் பார்த்துத் தெரிந்துகொண்டிருந்த ஜொஹான் குட்டன்பர்க் இப்போது திராட்சைப் பழங்களைப் பிழிந்து சாறு எடுக்கிற வேறொரு கருவியைப் பார்த்தார். இதன் பெயர் 'ஒயின் ப்ரஸ்' என்று தெரிந்துகொண்டார்.

உடனடியாக, அவருடைய அறிவியலாளர் மூளை விழித்துக்கொண்டது. இந்த இரண்டு இயந்திரங்களையும் சேர்த்து முடிச்சுப் போட்டால் என்ன என்று யோசிக்க ஆரம்பித்தார்.

திராட்சை ஜூஸுக்கும் நாணயத்துக்கும் என்ன சம்பந்தம்? அது உங்களுக்கும் எனக்கும் தெரியவில்லை. ஆனால் குட்டன்பர்க்குக்குப் புரிந்துவிட்டது. அவர் ஒரு புதுமையான கருவியை உருவாக்கும் முயற்சிகளில் இறங்கிவிட்டார்.

ஜொஹான் குட்டன்பர்க் யார் என்று இன்றைக்குப் பெரும்பாலானோருக்குத் தெரிந்திருக்காது. ஆனால் அவர் உருவாக்கிய அந்தக் கண்டுபிடிப்பை நாம் எல்லோருமே தினந்தோறும் பயன்படுத்துகிறோம், பயன்படுத்திக்கொண்டிருக்கிறோம்!

உதாரணமாக, இப்போது உங்கள் கையில் 'கோகுலம்' புத்தகம் இருக்கிறது. வெள்ளைக் காகிதத்தில் கறுப்பு எழுத்துகள், பல

வண்ணங்களில் ஓவியங்கள், புகைப்படங்கள் ஆகியவற்றைத் தொகுத்து இந்தப் புத்தகத்தை அச்சிட்டிருக்கிறார்கள். இல்லையா?

கடைக்குப் போய் நீங்கள் இன்னொரு 'கோகுலம்' வாங்கினால், அதுவும் அச்சு அசல் இதேமாதிரிதான் இருக்கும். அதே பக்கங்கள், அதே எழுத்துகள், அதே படங்கள், அதே ஓவியங்கள், எல்லாம் அதே!

இது ஒரு பெரிய ஆச்சர்யமா? அச்சு இயந்திரத்தில் எழுத்துகளையும் படங்களையும் வைத்து அழுத்தினால் ஆயிரக்கணக்கில், லட்சக்கணக்கில் ஒரேமாதிரி புத்தகங்களை அச்சிட்டுத் தள்ளலாமே!

உண்மைதான். ஆனால் குட்டன்பர்க் காலத்தில் அச்சு இயந்திரம் இல்லை. புத்தகங்கள் எல்லாமே கையால் எழுதப்பட்டவைதான்!

யோசித்துப்பாருங்கள். நீங்கள் பெரிய விஞ்ஞானி, அல்லது தத்துவ அறிஞர், உங்களுடைய கண்டுபிடிப்புகளையோ சிந்தனைகளையோ புத்தகமாக எழுதி வெளியிட விரும்புகிறீர்கள். ஆனால் அச்சு இயந்திரம் இல்லை. என்ன செய்வீர்கள்?

குட்டன்பர்க் காலத்து 'எழுத்தாளர்'கள் எல்லோரும் 'எழுத்தர்'கள் எனப்படுகிறவர்களை உதவிக்கு அழைத்தார்கள். இவர்கள் சொல்லச் சொல்ல அவர்கள் எழுதினார்கள். இப்படி வாரக்கணக்கில், மாதக்கணக்கில் பொறுமையாக உட்கார்ந்து மாங்குமாங்கென்று எழுதி ஒரு பிரதியைத் தயாரித்துமுடித்தார்கள்.

அதாவது, உங்களுக்கென்று ஒரு கோகுலம் தயாரிக்க ஒரு மாதம். பக்கத்து வீட்டுப் பையனுக்கு இன்னொரு கோகுலம் தயாரிக்க இன்னொரு மாதம். இப்படியே எல்லாக் குழந்தைகளுக்கும் கோகுலம் எழுதி முடிக்க எத்தனை காலம் ஆகும்?

இந்தப் பிரச்னையால், அந்தக் காலத்தில் மிகக் குறைவான புத்தகங்களே எழுதப்பட்டன. அவையும் சில பிரதிகள்மட்டுமே

தயாரிக்கப்பட்டன. ஏகப்பட்ட உழைப்பினால் தயாராகும் இந்தப் புத்தகங்கள் மிக அதிக விலைக்கு விற்றன. சாதாரண மக்கள் அவற்றை வாங்கிப் படிப்பது சிரமமாக இருந்தது.

புத்தகங்கள் இல்லை என்றால், அந்தச் சமூகம் என்ன ஆகும்? அறிவு மிகச் சிலரிடம்மட்டுமே முடங்கிக் கிடக்கும். எல்லோரும் எல்லா விஷயங்களையும் கற்றுக்கொள்ளமுடியாத அவல நிலைமை ஏற்படும்.

ஜோஹான் குட்டன்பர்க் இதைப் பார்த்து வருந்தினார். புத்தகங்களை அதிக எண்ணிக்கையில் விரைவாகத் தயாரிக்கும்படி ஏதாவது வழி இருக்குமா என்று யோசிக்கத் தொடங்கினார். அதற்காகத்தான், அவர் காயின் பஞ்ச் மற்றும் ஒயின் ப்ரஸ் இயந்திரங்களுக்கு முடிச்சுப் போடப் பார்த்தார்!

குட்டன்பர்கின் திட்டம் இதுதான். ஒரு 'காயின் பஞ்ச்'சில் நாணய வடிவங்களை உலோகத்தின்மீது வைத்து அழுத்துகிறார்கள்தானே? அங்கே உலோகத்துக்குப் பதிலாக ஒரு காகிதத்தை வைத்தால் என்ன? நாணய வடிவத்துக்குப் பதிலாக ஒரு புத்தகத்தின் எழுத்துகளை வைத்தால் என்ன? அந்தக் 'காயின் பஞ்ச்'சை மெல்ல அழுத்துவதற்குப் பதிலாக ஒயின் ப்ரஸ் இயந்திரத்தில் பொருத்தி, வேகமாக அழுத்திக் குறைந்த நேரத்தில் நிறையப் பிரதிகளைத் தயாரித்தால் என்ன?

அதாவது, காயின் பஞ்ச் + ஒயின் ப்ரஸ் = ப்ரிண்டிங் ப்ரஸ். இதுதான் குட்டன்பர்க் உருவாக்கிய ஃபார்முலா!

இந்தத் திட்டம் ஒரே நாளில் உருவாகிவிடவில்லை. திரும்பத் திரும்பப் பல வழிகளில் முயற்சி செய்து தன்னுடைய அச்சு இயந்திரத்தைத் தயாரித்தார் குட்டன்பர்க். அதில் தென்பட்ட பிழைகளைத் திருத்தித் திருத்திச் செதுக்கினார். இதற்கு ஏகப்பட்ட செலவு ஆனது. அவர் நிறையப் பணம் கடன் வாங்கித்தான் வேலை செய்யவேண்டியிருந்தது.

ஆனால் அதைப்பற்றியெல்லாம் குட்டன்பர்க் கவலைப்படவில்லை. அவருடைய கவனம் முழுவதும் எளிதில்

அச்சிடக்கூடிய புத்தகங்களை உருவாக்குவதிலேயே இருந்தது. பல மாதங்கள் விடாமுயற்சியோடு போராடிய அவர், உலகின் முதல் 'அச்சிட்ட' புத்தகம் ஒன்றை உருவாக்கினார்!

அதன்பிறகு அச்சுக்கலையில் எத்தனையோ மாற்றங்கள் ஏற்பட்டுவிட்டன. ஆனால் பதினான்காம் நூற்றாண்டின் மத்தியில் ஜோஹான் குட்டன்பர்க் உருவாக்கிய அந்த அச்சு இயந்திரத் தொழில்நுட்பம் இன்னும் அதேமாதிரிதான் பயன்பட்டுக்கொண்டிருக்கிறது. உலகம்முழுவதும் பல மொழிகளில் பல கோடிப் புத்தகங்கள் தினம் தினம் அச்சிடப்பட்டுக் கிடைக்கின்றன. அறிவும் ஞானமும் தடையின்றி எல்லோருக்கும் பரவிக்கொண்டிருக்கிறது!

காயின் பஞ்ச், ஓயின் ப்ரஸ் என்கிற முற்றிலும் சம்பந்தமே இல்லாத இரண்டு இயந்திரங்களைப் பார்த்த குட்டன்பர்குக்கு, அவற்றை ஒருங்கிணைத்து மூன்றாவதாக இன்னோர் இயந்திரத்தைக் கண்டுபிடிக்கவேண்டும் என்று தோன்றியது. அந்தச் சிந்தனைதான் நமக்கு அச்சுத் தொழில்நுட்பத்தைக் கொண்டுவந்தது.

புதுசாகக் கண்டுபிடிப்பது ஒரு திறமை என்றால், இப்படி ஏற்கெனவே புழக்கத்தில் உள்ள விஷயங்களைப் புதுமையாக இணைத்து ஜெயிப்பதும் அறிவியலின் சாதனைதான். இனிமேல் எந்தப் புத்தகத்தையும் பிரிக்கிறபோது குட்டன்பர்கை மனத்தில் நினைத்துக்கொள்ளுங்கள்!

4. துடித்த முள்!

அன்று அறிவியல் வகுப்பு, அதுவும் போரடிக்கிற தியரி இல்லை, எதையும் செய்முறை விளக்கத்தோடு புரியவைக்கிற ப்ராக்டிகல் வகுப்பு.

மாணவர்கள் ஆர்வத்துடன் காத்திருந்தார்கள். முதல் வரிசையில் இருந்த சிலர் ஆசிரியரின் மேஜையை எட்டிப்பார்த்தார்கள்.

அங்கே ஒரு சிறிய உலோகக் கம்பி கிடந்தது. பக்கத்தில் சில மின்சார உபகரணங்கள், காம்பஸ் ஒன்று, வெப்பத்தை அளக்கும் கருவி ஒன்று, கொஞ்சம் உதிரிக் காகிதங்கள். இவற்றை வைத்துக்கொண்டு என்ன அறிவியல் பரிசோதனை செய்யமுடியும்?

சிறிது நேரத்தில் ஆசிரியர் உள்ளே நுழைந்தார். அவர் பெயர் ஹன்ஸ் ஓர்ஸ்டட்.

'குட்மார்னிங் எவ்ரிபடி' என்றபடி ஹன்ஸ் ஓர்ஸ்டட் அந்த உலோகக் கம்பியைக் கையில் எடுத்துக்கொண்டார். 'இன்னிக்கு நாம செய்யப்போற பரிசோதனை, ஒரு கம்பியில மின்சாரத்தைப் பாய்ச்சினா, அதோட வெப்பநிலை அதிகமாகுமா? அல்லது குறையுமா? அல்லது மாறாம அப்படியே இருக்குமா?'

'அதிகமாகும்' மாணவர்கள் எல்லோரும் கோரஸாகச் சொன்னார்கள்.

ஹன்ஸ் ஓர்ஸ்டட் சிரித்தார். 'புத்தகத்துல போட்டிருக்கறதையெல்லாம் அப்படியே நம்பிடக்கூடாது. பரிசோதனை செஞ்சு பார்க்கணும். அப்புறம்தான் ஒத்துக்கணும்' என்றார்.

'இப்போ என் கையில இருக்கறது ஒரு பிளாட்டினக் கம்பி. நாம இதன்வழியா மின்சாரத்தை அனுப்பப்போறோம். அப்போ அதோட வெப்பநிலை என்ன ஆகுதுன்னு பார்க்கப்போறோம். ஓகேயா?'

ஹன்ஸ் ஓர்ஸ்டட் அந்தக் கம்பியை மின்சாதனத்தில் பொருத்தினார். அதன் வெப்பத்தை அளந்து குறித்துக்கொண்டார். பின்னர் மின்சாரத்தை முடுக்கிவிட்டார்.

உடனடியாக அந்தப் பிளாட்டினக் கம்பியின் வெப்பநிலை அதிகரித்தது. பரிசோதனை வெற்றி.

மாணவர்கள் ஏதோ அதிசயத்தைக் கண்டதுபோல் சிரித்தார்கள். ஹன்ஸ் ஓர்ஸ்டட் இதனைப் பலமுறை பார்த்திருப்பதால் அவர் ஆச்சர்யப்படவில்லை. இந்த வெப்பநிலை ஏன் உயர்கிறது என்று விளக்கம் சொல்லத் தயாரானார்.

அப்போது எதேச்சையாக அவரது பார்வை அருகே இருந்த காம்பஸின்மீது பட்டது. ஆச்சர்யத்தில் அவருடைய கண்கள் அகல விரிந்தன. காரணம் அந்தக் காம்பஸில் இருந்த காந்த முள் துடித்துக்கொண்டிருந்தது.

பொதுவாக ஒரு காம்பஸின் காந்த முள் இந்த அளவுக்கு அசைகிறது என்றால் பக்கத்தில் எங்காவது வலுவான காந்த ஆற்றல் இருக்கவேண்டும். ஆனால் இங்கே அப்படி எதுவும் இல்லை. பிறகு ஏன் இந்த முள் துடிக்கிறது?

யோசனையோடு மின்சார இணைப்பைத் துண்டித்தார் ஹன்ஸ் ஓர்ஸ்டட். மறுவிநாடி காம்பஸ் முள் அமைதியாகிவிட்டது.

இப்போது அவருடைய குழப்பம் மேலும் அதிகரித்தது. மின்சாரத்தால் காம்பஸ் தூண்டப்படுகிறதா? சான்ஸே இல்லையே!

மீண்டும் மின்சாரத்தைப் பாய்ச்சினார் ஹன்ஸ் ஓர்ஸ்டட். காம்பஸ் முள் துடித்தது. அதை நிறுத்தியவுடன் அமைதியானது.

இதற்குள் மாணவர்களும் இதைக் கவனித்துவிட்டார்கள். 'சார், இதுவும் நம்ம பரிசோதனையில ஒரு பகுதியா?'

'எனக்குத் தெரியலை' என்றார் ஹன்ஸ் ஓர்ஸ்டட். 'இதைப்பத்தி நாம அப்புறம் யோசிப்போம். இப்போதைக்கு நீங்க மின்சாரம் பாயும்போது பிளாட்டினக் கம்பியோட வெப்பநிலை அதிகரிக்கும்ன்னுமட்டும் குறிச்சுக்கோங்க.'

குழப்பத்தோடு வகுப்பு முடிந்தது. மாணவர்களும் திருப்தி இல்லாமலே வீடு திரும்பினர்கள்.

அதன்பிறகு ஹன்ஸ் ஓர்ஸ்டட் அந்த விஷயத்தைச் சுத்தமாக மறந்துவிட்டார். சில மாதங்கள் கழித்து மீண்டும் அந்தப் பழைய கேள்வி அவரைக் குடைய ஆரம்பித்தது. 'பக்கத்தில் காந்தம் ஏதும் இல்லாமலே அந்த முள் துடித்ததே, அது எப்படி? எதேச்சையான விஷயமா? அல்லது அதற்குப் பின்னால் நாம் அறியாத ஓர் உண்மை ஒளிந்திருக்கிறதா?'

அறிவியலில் எதேச்சை என்று எதுவுமே கிடையாது. எல்லாவற்றையும் பரிசோதித்துப் பார்த்து உறுதி செய்தால்தான் அது நிஜம். இல்லாவிட்டால் அது வெறும் ஊகம்மட்டுமே

ஹன்ஸ் ஓர்ஸ்டடுக்குக் குழப்பம் தாங்கவில்லை. இதைச் சோதித்துப்பார்த்துவிட முடிவெடுத்தார்.

முன்புபோலவே ஓர் உலோகக் கம்பி. அதில் மின்சாரத்தைப் பாய்ச்சுவதற்கான சாதனங்கள். ஆனால் இந்தமுறை ஹன்ஸ் ஓர்ஸ்டட் கம்பியின் வெப்பநிலையை அளக்கவில்லை. கம்பியின்வழியே மின்சாரம் பாய்ச்சப்படும்போது பக்கத்தில் ஒரு காம்பஸை வைத்து அதை முன்னும், பின்னும், மேலேயும்,

கீழேயும் நகர்த்தி அதன் முள் துடிப்பதை அளந்தார், ஆராய்ந்தார். பின்னர் மின்சார அளவைக் குறைத்தார், அதிகரித்தார், திசை மாற்றினார், கம்பியில் பயன்படும் உலோகத்தை மாற்றினார், தடிமனாக்கினார், மெலிதாக்கினார், ஒன்றுக்கு இரண்டு கம்பிகளைப் பயன்படுத்தினார். எங்கேயும், எப்போதும் காந்தம் மேஜிக்போலத் தோன்றியது. அதன் அளவு முன்னே பின்னே இருந்தாலும் காந்த ஆற்றல் கண்டிப்பாக இருந்தது.

இந்தப் பரிசோதனைகளின் அடிப்படையில் ஒரு விஷயம் தெளிவானது. மின்சாரம் பாய்கிற கம்பியைச் சுற்றிலும் எல்லாத் திசைகளிலும் ஒரு காந்தப்புலம் உருவாகிறது. மின்சாரத்தை நிறுத்தினால் அது மறைந்துவிடுகிறது!

அதற்குமுன் யாரும் யோசித்திருக்காத விஷயம் அது. காந்தம் என்பது இயற்கையில் தானாகமட்டுமே உருவாகும் விஷயம் என்கிற நம்பிக்கை அன்று உடைந்தது. அதை நமக்கு வேண்டிய நேரத்தில், வேண்டிய விதத்தில் உண்டாக்கிக்கொள்ளலாம் என்பது புரிந்தது.

ஹான்ஸ் ஓர்ஸ்டட் மேலும் பல பரிசோதனைகளை நிகழ்த்தி இந்தக் காந்தப்புலம் பற்றிய சகல உண்மைகளையும் வெளிக்கொண்டுவந்தார். அதற்கு, 'மின்காந்தப்புலம்' என்று ஓர் அழகான பெயரும் சூட்டினார்.

அதன்பிறகு மின்காந்தங்கள் மிகப் பிரபலமாகிவிட்டன. இயற்கை காந்தங்களைவிட அதிக எண்ணிக்கையில் மின்சாரத்தினால் உருவாக்கப்படும் செயற்கை காந்தங்கள் தயாரிக்கப்பட்டன. அவற்றை நம் இஷ்டப்படி கட்டுப்படுத்தமுடிந்தது. ஆகவே பல பயனுள்ள நவீன கருவிகளை உண்டாக்க இது இடமளித்தது.

இன்றைக்கும், ஆய்வுச்சாலையில் அல்லாமல், வகுப்பறையில் மாணவர்களுக்கு மத்தியில் கண்டுபிடிக்கப்பட்ட மிகப் பெரிய அறிவியல் உண்மை, மின்காந்தப்புலம்தான்!

5. கிடைக்காத நோபல்

1945ம் வருடம், நவம்பர் மாதம்.

முந்தைய (1944) ஆண்டுக்கான நோபல் பரிசுகளை அறிவித்துக்கொண்டிருந்தார்கள். 'நியூக்ளியர் ஃபிஷன்' எனப்படும் அணுப் பிளப்பைக் கண்டறிந்த ஜெர்மன் விஞ்ஞானி ஓட்டோ ஹாஹ்ன் என்பவருக்கு வேதியியல் துறைக்கான நோபல் வழங்கப்பட்டது.

ஓட்டோ ஹாஹ்னுக்கு நோபல் பரிசு கிடைத்தது பற்றி எல்லோருக்கும் சந்தோஷம்தான். ஆனால் அறிவியல் வட்டாரங்களில் அந்தச் செய்தி கேள்விப்பட்ட பலர், கொஞ்சம் பரிதாபத்துடன் உச்சுக்கொட்டினார்கள் 'லிஸெவுக்கு நோபல் பரிசு இல்லையா? அடடா!'

யார் இந்த லிஸெ? ஓட்டோ ஹாஹ்னுக்கும் அவருக்கு என்ன சம்பந்தம்? இவருக்கு நோபல் பரிசு கிடைத்தவுடன் மக்கள் ஏன் அவரை எண்ணி வருந்தவேண்டும்?

அது ஒரு சோகக்கதை. நோபல் பரிசுகளின் சரித்திரத்திலேயே மிகவும் வருத்தத்துக்குரிய சம்பவம் அது.

லிஸெ மெய்ட்னெர் பிறந்தது ஆஸ்திரியாவில். சின்ன வயதிலிருந்தே அவருக்குப் படிப்பில் ஆர்வம் அதிகம். ஆனால் அந்தக் காலத்தில் பெண்கள் கல்லூரி சென்று படிப்பது அவசியமில்லாத விஷயம் என்று கருதப்பட்டது. அதிலும் அறிவியல் பாடம் என்றால், சான்ஸே இல்லை!

ஆனால் லிஸெ அறிவியல்தான் படிக்க விரும்பினார். அதற்கு அவருடைய பெற்றோர் ஒப்புக்கொள்ளவில்லை. சமூகமும் ஒப்புக்கொள்ளவில்லை.

இதுபோன்ற கட்டுப்பாடுகளை லிஸெ வெறுத்தார். 'நான் ஒரு பெண் என்பதற்காக இதைப் படிக்கவேண்டும், இதைப் படிக்கக்கூடாது என்று நிபந்தனை போடுவது என்ன நியாயம்?' என்றார். 'என் மனத்துக்குப் பிடித்த விஷயத்தை நான் படித்தே திருவேன்' என்று பிடிவாதமாகச் சொன்னார்.

லிஸெபோல் தைரியமாகப் பேசும் பெண்கள் வெறுப்போடு பார்க்கப்பட்ட காலகட்டம் அது. அதனாலேயே, அவருக்குப் பல தடைகள், ஒவ்வொன்றாக உடைத்துக்கொண்டு வெளியேறி வருவதற்கு நிறைய நேரம் ஆனது, உழைப்பும் விடாமுயற்சியும் தேவைப்பட்டது.

இத்தனைக்கு நடுவிலும், லிஸெ தொடர்ந்து படித்தார். முப்பது வயதுக்குள் அறிவியல் துறையில் பிஹெச்டி பட்டம் பெற்றார். தீவிர ஆராய்ச்சிகளில் இறங்கினார்.

அப்போதும், அவருடைய தடைகள் மறைந்துவிடவில்லை. லிஸெ வேலை செய்த பல்கலைக்கழகத்திலும் பாகுபாடுகள் தொடர்ந்தன. ஆண் விஞ்ஞானிகளுக்குக் கிடைத்த பல சவுகர்யங்கள், சுதந்திரம் பெண்களுக்குத் தரப்படவில்லை.

இந்த நேரத்தில்தான் லிஸெ மெய்ட்மெர் ஓட்டோ ஹாஹ்னுடன் இணைந்து பணியாற்றத் தொடங்கினார். அவர்கள் கனமான ஓர் அணுக்கருவைப் பிளப்பது எப்படி என்று தீவிர ஆராய்ச்சி செய்துகொண்டிருந்தார்கள்.

இன்றைக்கு அணு ஆற்றலைப் பற்றி எல்லோருக்கும் தெரியும். ஆனால் அப்போது, அது ஒரு பெரிய மர்மமாகவே இருந்தது, நிஜமாகவே அணுக்கருவைப் பிளக்கமுடியுமா, அப்படியே பிளந்தாலும் அதன்மூலம் தானாகப் பெரிய அளவில் சக்தியை வெளிக்கொண்டுவரமுடியுமா என்றெல்லாம் சந்தேகங்கள் நீடித்தன.

ஆகவே, இவர்களுடைய ஆராய்ச்சி பற்றிய செய்திகள் அறிவியல் வட்டாரங்களில் பரபரப்பாக உலா வந்தன. இவர்கள் செய்த சின்னச் சின்ன கண்டுபிடிப்புகள், முன்னேற்றங்களைக்கூட மற்றவர்கள் நுணுக்கமாகப் பார்த்தார்கள், பாராட்டினார்கள், முதுகில் தட்டிக்கொடுத்து உற்சாகப்படுத்தினார்கள்.

ஒரே பிரச்னை, பெரும்பாலான பாராட்டுகள் ஓட்டோவுக்குதான் சென்றன. லிஸெ பற்றிப் பேசியவர்கள் மிகக் குறைவு.

இத்தனைக்கும், ஓட்டோவுடன் ஒப்பிடும்போது அவருக்கு இணையாக, அல்லது ஒரு படி மேலாகவே லிஸெ செயலாற்றிக்கொண்டிருந்தார். அறிவியல் ஞானம், திறமை, கடின உழைப்பு என்று எதிலும் அவரைக் குறைசொல்ல முடியாது.

ஆனால், எத்தனை இருந்தென்ன? அவர் ஒரு பெண்ணாகிவிட்டாரே. ஓட்டோ என்கிற ஆண் விஞ்ஞானியின் ஆராய்ச்சிகளில் உதவி செய்கிற ஒரு பெண்ணாகமட்டுமே அவர் பார்க்கப்பட்டார்.

லிஸெ இந்தப் பாகுபாட்டை அவ்வளவாகப் பொருட்படுத்தவில்லை. 'சின்ன வயதிலிருந்து, பெண் என்கிற காரணத்தால் எத்தனையோ ஒடுக்கல்கள், அவமதிப்புகள், புறக்கணிப்புகளைச் சந்தித்துவிட்டேன், பத்தோடு பதினொன்றாக இதுவும் ஓர் அனுபவம். அவ்வளவுதானே?' என்று அலட்சியமாக நினைத்துவிட்டார்.

1939ம் வருடம், அவர்களுடைய அணுப்பிளப்பு ஆராய்ச்சி முழுமை பெற்றது. யுரேனியம் அணுக்களைப் பிளப்பதன்மூலம் அளவற்ற

ஆற்றலை உருவாக்கமுடியும் என்பது உறுதியாகிவிட்டது. அடுத்த சில வருடங்களில் இது ஆதாரபூர்வமாகவும் நிரூபிக்கப்பட்டது.

இந்த அணுப்பிளப்பை வைத்துக்கொண்டு எத்தனையோ நல்ல விஷயங்களைச் செய்யமுடியும். ஆனால் துரதிருஷ்டவசமாக, அமெரிக்கா அதனை அழிவுக்குப் பயன்படுத்த முடிவு செய்தது. அணுகுண்டு தயாரிப்பதற்கான 'ப்ராஜெக்ட் மன்ஹாட்டன்' தொடங்கப்பட்டது.

உடனடியாக, லிஸெ மெய்ட்னெருக்கு ஓர் அழைப்பு பறந்தது. 'அணுகுண்டு தயாரிக்கும் ஆராய்ச்சியில் இணைகிறீர்களா?'

லிஸெ அதுபற்றி யோசிக்கக்கூட இல்லை. 'முடியாது' என்று மறுத்துவிட்டார். பிரமாதமான சம்பளம், அமெரிக்காவில் சகல சவுகர்யங்களுடன் கூடிய வாழ்க்கை என எதுவும் அவரைச் சலனப்படுத்தவில்லை. 'மனித உயிர்களைக் கொல்வதற்கு என்னுடைய அறிவியல் பயன்படக்கூடாது!'

ஆனால், கடைசியில் அதுதான் நடந்தது. அவர் கண்டறிந்த அணுப்பிளப்புத் தத்துவத்தின்படி உலகின் முதலாவது அணுகுண்டுகள் தயாரிக்கப்பட்டன. இரண்டாம் உலகப்போரின்போது ஜப்பானின் ஹிரோஷிமா, நாகசாகி நகரங்களின்மீது வீசப்பட்டன. ஏராளமான மக்கள் உயிரிழந்தார்கள், ஊனப்பட்டார்கள், இன்றைக்கும் அதன் துயரங்கள் அவர்களுடைய சந்ததியினரைப் பாதித்துக்கொண்டிருக்கின்றன.

இவை அனைத்தும் லிஸெவை மிகுந்த துயரத்தில் ஆழ்த்தியது. அறிவியலை ஆக்கபூர்வமான நோக்கங்களுக்குமட்டுமே பயன்படுத்தவேண்டும் என்பதுதான் அவருடைய விருப்பம். ஆனால், அதை யார் கேட்டார்கள்? யார் கேட்கிறார்கள்?

அதேபோல், ஒட்டோ ஹாஹ்னுக்குமட்டுமே தரப்பட்ட நோபல் பரிசும் லிஸெவுக்கு இழைக்கப்பட்ட மிகப் பெரிய அநீதி. இதன்மூலம் அணுப்பிளப்பைக் கண்டறிந்ததில் லிஸெ மெய்ட்னெருக்கு இருந்த பங்கு முற்றிலும் இருட்டடிப்பு

செய்யப்பட்டது. இதன் பின்னணியில் பல அரசியல் காரணங்கள் இருப்பதாகச் சொல்கிறார்கள்.

அதனால் என்ன? ஒரு மிகப் பெரிய சுதந்திரப் போராட்டத்தைக் கத்தியின்றி ரத்தமின்றி அகிம்சை வழியில் நடத்தி முடித்த மகாத்மா காந்திக்குக்கூடதான் அமைதிக்கான நோபல் பரிசு கிடைக்கவில்லை. அதனால் காந்தியின் புகழும் பெருமையும் குறைந்துவிட்டதா என்ன!

6. உலகம் சுற்றும் சார்லஸ்!

'பீகல்!'

அதுதான் அந்தப் பிரம்மாண்டமான கப்பலின் பெயர். ஒருகாலத்தில் போர்க்கப்பலாக இருந்தது. இப்போது (1831) உலகம்முழுக்கச் சுற்றி வந்து பல்வேறு கணக்கெடுப்புகள், ஆய்வுகளை நிகழ்த்துவதற்குத் தயாராகிக்கொண்டிருந்தது.

'பீகல்' கப்பலில் பயணம் செய்வதற்காகப் பல துறை நிபுணர்கள் தேர்வு செய்யப்பட்டார்கள். அவர்களில் ஒருவர், கேம்பிரிட்ஜ் பல்கலைக்கழகத்தைச் சேர்ந்த தாவரவியல் பேராசிரியர் ஹென்ஸ்லோ.

உடனடியாக, 'பீகல்' பயணக் குழுவினர் ஹென்ஸ்லோவை அணுகிப் பேசினார்கள். 'நீங்க எங்க கப்பல்ல வந்து உங்களோட ஆராய்ச்சிகளை நடத்தணும்' என்று கேட்டுக்கொண்டார்கள். 'இந்தப் பயணம் சம்பந்தமா உங்களுக்குத் தேவைப்படற எல்லா உதவிகளையும் நாங்க செஞ்சு தர்றோம். என்ன சொல்றீங்க?'

'பீகல்' பயணம் பெரிய கௌரவம். சாதாரணமாக யாருக்கும் கிடைக்காத பெருமை. ஆனாலும் பேராசிரியர் ஹென்ஸ்லோ

உடனே சம்மதித்துவிடவில்லை. நிதானமாக யோசித்தார், தன்னுடைய மனைவியிடமும் ஆலோசனை கேட்டார். 'இந்தக் கப்பல்ல உலகம்முழுக்கச் சுத்தி வந்து ஆராய்ச்சி செய்யறதுன்னா ரொம்ப அபூர்வமான சான்ஸ். ஆனா பயணமெல்லாம் முடிஞ்சு திரும்பி வர்றதுக்கு ரெண்டு மூணு வருஷம் ஆகும். பரவாயில்லையா?

ஏனோ, ஹென்ஸ்லோவின் மனைவிக்கு இந்த யோசனையே பிடிக்கவில்லை. 'வேண்டாம்' என்று பிடிவாதமாகச் சொல்லிவிட்டார்.

அதன்பிறகு என்ன செய்யமுடியும்? பேராசியர் ஹென்ஸ்லோ 'பீகல்' பயணக் குழுவினரை அழைத்தார். 'உங்க அழைப்பை ஏத்துக்கமுடியாத நிலைமையில இருக்கேன். என்னை மன்னிச்சுடுங்க' என்றார்.

'ப்ரொஃபஸ்டர் ஹென்ஸ்லோ, ஒரு தடவைக்கு நாலு தடவை நல்லா யோசிச்சுப் பார்த்துட்டுச் சொல்லுங்க, இதுதான் உங்க கடைசி முடிவா?'

'பலவாட்டி யோசிச்சுட்டேன். என்னோட முடிவுல மாற்றம் இல்லை!'

'ப்ரொஃபஸர், இது ரொம்ப அபூர்வமான வாய்ப்பு. வாழ்நாள்ல ஒருதடவைதான் கிடைக்கும். இப்போ நீங்க நோ சொல்லிட்டா அப்புறம் இப்படி ஒரு சான்ஸ் வராமலே போயிடலாம்!'

'அதெல்லாம் எனக்கு நல்லாத் தெரியும். ஆனா இப்போ நான் உங்க கப்பல்ல பயணம் செய்யமுடியாத நிலைமையில இருக்கேன். என்னைக் கட்டாயப்படுத்தாதீங்க, ப்ளீஸ்!'

பேராசிரியர் ஹென்ஸ்லோவின் பிடிவாதம் எதிரில் இருந்தவர்களை ஆச்சர்யப்படுத்தியது. 'இந்த ஆளுக்கு என்ன கிறுக்குப் பிடிச்சுடுச்சா? எப்பேர்ப்பட்ட வாய்ப்பு! இதைப்போய் வேணாம்ன்னு சொல்றாரே!'

'சரி ப்ரொஃபஸர், நீங்கதான் வரமுடியலை, உங்களுக்குப் பதிலா இந்தக் கப்பல்ல பயணம் செஞ்சு ஆராய்ச்சிகளை நடத்தறதுக்கு இன்னொருத்தரை சிபாரிசு செய்வீங்களா?'

'நிச்சயமா' என்றார் ஹென்ஸ்லோ. சட்டென்று அவருடைய மனக்கண்ணில் சார்லஸின் முகம் தோன்றியது.

சார்லஸ் ஹென்ஸ்லோவின் மாணவர். பிரமாதமான திறமைசாலி. வருங்காலத்தில் அவர் நிறையச் சாதிக்கப்போகிறார் என்பதற்கான அடையாளங்கள் அந்த இளம் வயதிலேயே பளிச்செ்று தெரிந்தன.

ஆகவே, ஹென்ஸ்லோ தனக்குப் பதிலாக 'பீகல்' கப்பலில் பயணம் செய்து ஆராய்ச்சிகளை நிகழ்த்துவதற்கு சார்லஸின் பெயரைச் சிபாரிசு செய்தார். அவருக்கு ஓர் அவசரக் கடிதம் பறந்தது.

அப்போது சார்லஸுக்கு வயது வெறும் இருபத்து இரண்டுதான். அதுவரை அவர் அறிவியல் துறையில் பெரிதாக எதையும் சாதித்திருக்கவில்லை. ஆகவே, தன்னைத் தேடி இப்படி ஓர் அருமையான வாய்ப்பு வந்திருக்கிறது என்பதை அவரால் நம்பக்கூட முடியவில்லை.

உடனடியாக, சார்லஸ் தன்னுடைய தந்தை ராபர்ட்டிடம் ஓடினார். 'அப்பா, ஒரு நல்ல நியூஸ்!' என்றபடி கடிதத்தை அவரிடம் கொடுத்தார்.

ராபர்ட் அந்தக் கடிதத்தைப் பொறுமையாகப் படித்தார். கசக்கி எறிந்தார். 'யூஸ்லெஸ்!'

சார்லஸுக்கு அதிர்ச்சி. 'என்னப்பா சொல்றீங்க?'

'ரெண்டு வருஷம் சும்மா ஊர் சுத்தி ஆராய்ச்சி செய்யப்போறியா? உனக்கு அறிவில்லை?' ராபர்ட் கோபத்தோடு கத்தினார். 'நீ இன்னும் சின்னப் பையன் இல்லை, ஒழுங்கா ஒரு நல்ல வேலையைப் பார்த்துக்கிட்டு செட்டிலாகவேண்டிய வயசு,

இந்த நேரத்துல கப்பல் விடறேன்னு இவங்களோட கிளம்பிப் போனா திரும்பி வரும்போது கிழவனாயிடுவே. அப்புறம் உனக்கு எதிர்காலமே இருக்காது. புரியுதா?'

தந்தையின் ஆத்திரத்தைப் பார்த்த சார்லஸ் அழாக்குறையாக நின்றார். அவருக்கு 'பீகல்' கப்பலில் பயணம் செய்யவேண்டும், உலகம் அதுவரை அறிந்திராத அறிவியல் உண்மைகள் பலவற்றைக் கண்டுபிடித்து வெளிக்கொண்டுவரவேண்டும் என்றெல்லாம் ரொம்ப ஆசை. ஆனால் அதற்காக அப்பாவின் பேச்சை மீறுவதற்கும் அவருக்குச் சுத்தமாக விருப்பம் இல்லை.

ஆகவே, சார்லஸ் 'பீகல்' பயணக் குழுவினருக்குக் கடிதம் எழுதினார். 'என்னை மன்னியுங்கள், உங்களுடைய அழைப்பை ஏற்கமுடியாத சூழ்நிலை!'

சார்லஸ் இப்படிச் சோகமாக உட்கார்ந்திருப்பதைப் பார்த்து அவருடைய தந்தை ராபர்ட்க்கும் வருத்தமாகிவிட்டது. அதேசமயம் தன் மகனைப் பல வருடங்கள் கப்பலில் பயணம் அனுப்பவும் அவருக்கு விருப்பம் இல்லை. என்ன செய்வது?

கொஞ்சம் யோசித்தபிறகு, ராபர்ட் ஒரு முடிவுக்கு வந்தார். மகனை அழைத்தார். 'சார்லஸ்!'

'என்னப்பா?'

'நீ ஏதோ கப்பல்ல போறேன், ஆராய்ச்சி பண்றேன்னு சொல்றியே, அதெல்லாம் சுத்த முட்டாள்தனம்ன்னு நான் நினைக்கறேன். அப்படி இல்லை-ன்னு யாராவது ஒரு பெரிய மனுஷன் வந்து சொல்லட்டும், நான் நம்பறேன்!'

சார்லஸ் முகத்தில் புது நம்பிக்கை. 'யார் சொன்னா அப்பா கேட்பார்?' என்று யோசித்தார். மாமா ஜோசையாவின் நினைவு வந்தது.

உடனடியாக, சார்லஸ் ஜோசையாவைப் பார்க்க ஓடினார். அவரிடம் தன்னுடைய கனவை, ஆசையை விளக்கிச்

சொன்னார். 'கொஞ்சம் எங்க அப்பாகிட்ட வந்து பேசுங்க அங்கிள், ப்ளீஸ்!' என்று கேட்டுக்கொண்டார்.

ஜோசையாவுக்கு சார்லஸின் தவிப்பு புரிந்தது. நிலைமையை விளக்கி ராபர்டுக்கு ஒரு கடிதம் எழுதினார். 'உங்க மகன் புத்திசாலி, அவனைக் கட்டாயப்படுத்தாம அவன் போக்குல விட்றுங்க. அதுதான் அவனோட எதிர்காலத்துக்கு நல்லது!'

இந்தக் கடிதத்தைப் படித்த ராபர்டின் மனம் மாறியது. சார்லஸைப் 'பீகல்' பயணத்துக்கு அனுப்ப ஒப்புக்கொண்டார்.

அடுத்த ஐந்து வருடங்களில் சார்லஸுக்குக் கிடைத்த அனுபவம், மற்ற யாருக்கும் கிடைக்காத அதிசயம். சாதாரண விஞ்ஞானியாகக் கப்பல் ஏறியவர் உயிர் வாழ்க்கையின் சூட்சுமங்கள் அனைத்தும் அறிந்த பெரும்'ஞானி'யாகத் திரும்பினார். அன்றைக்கு அவர் எழுதிவைத்த பரிணாம சூத்திரங்கள் இன்றும் ஆச்சர்யமாகப் பார்க்கப்படுகின்றன.

அந்த சார்லஸ் யார் என்று இப்போது தெரிந்திருக்கும், 'குரங்கிலிருந்து பிறந்தவன் மனிதன்' என்று கண்டறிந்து சொன்ன 'சார்லஸ் டார்வின்'தான் அவர்!

35

7. சாண்ட்விச்சில் சிந்திய ப்ளாஸ்டிக்

'லியோ!'

ஏதோ தீவிர சிந்தனையில் மூழ்கியிருந்த விஞ்ஞானி லியோ ஹென்ட்ரிக் பெயக்லாண்ட் ஆர்வமில்லாமல் நிமிர்ந்து பார்த்தார். 'என்ன?'

'சாப்பிட வரலையா?'

'நான் வரலை' என்றார் லியோ. 'இந்தமாதிரி அடிக்கடி எழுந்து போய்க்கிட்டிருந்தா ஆராய்ச்சி என்ன ஆகும்?'

'அதுக்காக? சாப்பிடாம பட்டினி கிடப்பியா?'

லியோ வாய்விட்டுச் சிரித்தார். 'ம்ஹூம், இல்லை' என்றபடி மேஜைமேல் இருந்த காகிதப் பையைப் பிரித்தார். 'நான் ஏற்கெனவே வீட்ல சீஸ் சாண்ட்விச் செஞ்சு கொண்டுவந்துட்டேன். அப்புறமாச் சாப்பிட்டுக்கறேன், நீங்கல்லாம் போய்ட்டு வாங்க!'

'ஓகே!'

அவர்கள் கிளம்பிச் சென்றுவிட்டார்கள். லியோ சாண்ட்விச்சை ஓரமாக வைத்துவிட்டுப் பழையபடி தன்னுடைய ஆராய்ச்சியைத் தொடர்ந்தார்.

அதன்பிறகு நெடுநேரத்துக்கு அவருக்குப் பசி ஞாபகமே வரவில்லை. மேஜைமீது அவரது சாண்ட்விச் காய்ந்துபோய்க்கொண்டிருந்தது.

லியோ எப்போதும் அப்படித்தான். ஆராய்ச்சி என்று இறங்கிவிட்டால் சாப்பாடு, தூக்கம் தேவையில்லை. மணிக்கணக்காக ஒரே விஷயத்தை உருட்டிப் புரட்டிப் புதுப்புது அம்சங்களைக் கண்டுபிடித்துப் பதிவு செய்துகொண்டே இருப்பார்.

பெல்ஜியத்தில் பிறந்த லியோ அமெரிக்காவுக்கு வந்ததே பெரிய அதிசயம். அவருடைய பெற்றோர் ரொம்ப வசதியானவர்கள் கிடையாது. அப்பா செருப்புத் தைப்பவர், அம்மா ஏதோ வீட்டு வேலைகளைச் செய்து கொஞ்சம்போல் சம்பாதித்துக்கொண்டிருந்தார், இவர்களது சம்பாத்தியத்தில் குடும்பத்தை நடத்துவதே மிகவும் சிரமமாக இருந்தது.

ஆனால் லியோவுக்கு நிறையப் படிக்கவேண்டும் என்று ஆசை. அதற்கான வசதி இல்லாமல் தடுமாறினார்.

நல்லவேளையாக, அந்த ஊர் அரசாங்கம் வழங்கிய கல்வி உதவித்தொகை லியோவுக்குக் கிடைத்தது. ஆர்வத்தோடு படித்தார். அறிவியலை, அதிலும் குறிப்பாக வேதியியலை மிகவும் விரும்பிக் கற்றுக்கொண்டார்.

கல்லூரியில் லியோவை மிகவும் கவர்ந்த வேதியியல் பிரிவு, புகைப்படக் கலை - போட்டோ எடுப்பது அல்ல, புகைப்படங்களைப் பதிவு செய்வது, அச்சிடுவது போன்ற நுட்பங்கள் அப்போது ஆரம்ப நிலையில்தான் இருந்தன. அவைபற்றிப் பல ஆராய்ச்சிகளைச் செய்யத் தொடங்கினார் இவர்.

இந்த நேரத்தில்தான், லியோ ஒரு முக்கியமான புத்தகத்தைப் படித்தார். அது, புகழ் பெற்ற விஞ்ஞானி பெஞ்சமின் ஃப்ராங்க்ளினின் சுயசரிதை!

அந்தப் புத்தகத்தில் பெஞ்சமின் ஃப்ராங்க்ளின் அமெரிக்காவைப் பற்றிச் சொல்லியிருந்த விஷயங்கள் அனைத்தும் லியோவின் கவனத்தை ஈர்த்தன, அவரும் அமெரிக்காவுக்குச் சென்று குடியேறவேண்டும் என்று விரும்பினார்.

லியோ அமெரிக்காவுக்குச் செல்ல ஆசைப்பட்டதற்கு முக்கியமான முதல் காரணம், அங்கேதான் அவரது அறிவியல் பசிக்குத் தீனி கிடைக்கும். இரண்டாவது காரணம், ஒருவேளை அவர் உலகை மாற்றிப்போடும் ஒரு விஷயத்தைக் கண்டுபிடித்துவிட்டால், அதைத் திறமையான முறையில் உற்பத்தி செய்து, விற்பனைக்குக் கொண்டுவரக்கூடிய தொழில் நிறுவனங்கள் அங்கே நிறைய இருந்தன. அதன்மூலம் அவர் நன்கு பணம் சம்பாதிக்கிற வாய்ப்புகளும் கிடைக்கும்.

இப்படிப் பலவிதமாக யோசித்தபிறகு, அவர் அமெரிக்காவில் தூண்டில் போடத் தொடங்கினார். அவரது திறமைக்கு ஏற்ற ஒரு வேலை உடனடியாகக் கிடைத்துவிட்டது.

1889ம் வருடம். இருபத்தைந்து வயது லியோ ஹென்ட்ரிக் பெயக்லாண்ட் அமெரிக்காவுக்கு வந்து சேர்ந்தார். இங்கே ஒரு பெரிய நிறுவனத்தின் ஆராய்ச்சிப் பிரிவில் சேர்ந்து பணியாற்றத் தொடங்கினார்.

இப்போது, உங்கள் கையில் உள்ள புத்தகத்தை ஒரு நிமிடம் மூடி வைத்துவிட்டுச் சுற்றிலும் பாருங்கள். உங்களைச் சுற்றி நூறு பொருள்கள் இருந்தால், அதில் கிட்டத்தட்ட எழுபது பொருள்களுக்குமேல் வெவ்வேறு பிளாஸ்டிக்கினால் செய்யப்பட்டிருக்கும். அந்த அளவுக்கு இன்றைய நவீன உலகை பிளாஸ்டிக் ஆள்கிறது.

ஆனால் அன்றைக்கு, உருப்படியான ப்ளாஸ்டிக் என்று எதுவுமே கிடையாது. அரைகுறையாகக் கண்டறியப்பட்ட சில ஆரம்ப

நிலை ப்ளாஸ்டிக்குகளும்கூட, பொருள்களைத் தயாரிப்பதற்கு ஏற்றவையாக இல்லை.

இதைக் கவனித்த லியோவுக்குப் புகைப்படத்துறையிலிருந்து ப்ளாஸ்டிக் துறைமீது ஆர்வம் திரும்பியது. சரியான வேதிப்பொருள்களைக் கொண்டு ஓர் உண்மையான ப்ளாஸ்டிக்கைக் கண்டுபிடிக்கவேண்டும், அதைச் சூடாக்கிப் பலவிதமான பொருள்களைச் செய்யமுடியவேண்டும், பின்னர் அந்தப் பொருள்களைக் குளிரவைத்தபிறகும் அவை சிறப்பாகத் தொடர்ந்து இயங்கவேண்டும்... இதுதான் லியோவின் திட்டம்!

ஆனால் அவர் நினைத்ததுபோல் அந்தக் கண்டுபிடிப்பு அத்தனை சுலபமாக இல்லை. லியோ தனது மற்ற வேலைகளையெல்லாம் ஓரமாக ஒதுக்கிவைத்துவிட்டு ராப்பகலாகப் பாடுபட்டும்கூட, அந்த ப்ளாஸ்டிக் ஃபார்முலாமட்டும் சிக்கவே இல்லை. அவர் கண்டறிந்த ஒவ்வொரு பொருளும் வெவ்வேறு காரணங்களால் தோல்வியடைந்தது. தூக்கிக் குப்பையில் எறிந்துவிட்டு அடுத்த முயற்சியில் இறங்கினார்.

இந்த நேரத்தில்தான், ஒருநாள் லியோ தனது மதிய உணவாகிய சாண்ட்விச்சை மேஜைமீது வைத்துவிட்டுத் தீவிர ஆராய்ச்சியில் மூழ்கியிருந்தார். வழக்கம்போல் இந்தப் பரிசோதனையிலும் அவர் நினைத்த பலன் கிடைக்கவில்லை.

எரிச்சலான லியோ தன் கையில் இருந்த கண்ணாடிக் குடுவையை 'டொப்'பென்று ஓரமாகத் தள்ளிவைத்தார், அதிலிருந்த திரவம் வெளியேறி அவரது சாண்ட்விச்மீது விழுந்தது.

'போச்சு, ரிஸல்ட்டும் வரலை, இப்ப என்னோட லஞ்சும் வீணாகிடுச்சு!' என்று நினைத்தபடி அந்த சாண்ட்விச்சைக் கையில் எடுத்தார் லியோ. அதனுள் இருந்த சீஸ் முழுவதும் அந்த வேதிப்பொருள் படர்ந்திருந்தது.

ஆனால், ஆச்சர்யமான விஷயம், அவர் நினைத்ததுபோல் அந்த சாண்ட்விச் கரைந்துபோகவில்லை. நன்கு கெட்டியாகியிருந்தது!

திகைத்துப்போன லியோ, மீண்டும் பசியை மறந்தார். இந்த அதிசயம் நிகழ்ந்தது எப்படி என்று சுறுசுறுப்பாக ஆராயத் தொடங்கினார்.

1907ம் வருடம், லியோவின் 'பேக்லைட்' என்ற ப்ளாஸ்டிக் தொழில்நுட்பம் அறிமுகப்படுத்தப்பட்டது. இதைக் கொண்டு ஏராளமான பொருள்களைத் தயாரிக்கமுடிந்தது. அவை எளிதில் உடைந்துவிடவில்லை, மின்சாரத்தைக் கடத்தவில்லை, பெரும்பாலான மற்ற பொருள்களோடு இணைந்து வேதிவினை புரியவில்லை... சுருக்கமாகச் சொன்னால், எல்லாவிதத்திலும் மிகச் சிறப்பான ஒரு ப்ளாஸ்டிக்கைக் கண்டறிந்துவிட்டார் லியோ!

இன்றைக்கு நாம் லியோ ஹென்ட்ரிக் பெயக்லாண்டைப் 'ப்ளாஸ்டிக்கின் தந்தை' என்று அழைக்கிறோம். அவர் தொடங்கிவைத்த பேக்லைட் இன்று பல மாற்றங்களுடன் நமது வாழ்க்கையைத் தீர்மானித்துக்கொண்டிருக்கிறது.

அதேசமயம், லியோ விரும்பாத ஒரு விஷயமும் நிகழ்கிறது – ப்ளாஸ்டிக் குப்பை!

நம்முடைய சவுகர்யத்துக்காக, எளிதில் மக்கிப்போகாத ப்ளாஸ்டிக்கை அதிகம் பயன்படுத்துவதால், நம்மையும் அறியாமல் இந்தப் பூமியை மாசாக்கி அழித்துக்கொண்டிருக்கிறோம். பல நாட்டு அரசாங்கங்களும் தனியார் அமைப்புகளும் சேர்ந்து இந்த விபரீதத்தைக் கட்டுப்படுத்தும் முயற்சிகளில் இறங்கியிருக்கின்றன. இதற்கான பலன்கள் தெரிவதற்கு இன்னும் பல வருடங்கள் ஆகலாம்.

அதுவரை, ப்ளாஸ்டிக் உபயோகத்தைக் குறைத்துக்கொள்ளுங்கள், ஒருவேளை பயன்படுத்தியே தீரவேண்டும் என்றால் 'ரீசைக்ளபிள் ப்ளாஸ்டிக்' எனப்படும் மறுசுழற்சி செய்யக்கூடிய வகை ப்ளாஸ்டிக்கைமட்டுமே உபயோகப்படுத்துங்கள். பூமி உங்களை வாழ்த்தும்!

8. அடோமாஸ்!

அணு!

இன்றைக்கு இந்த வார்த்தையை எல்லோருக்கும் தெரியும். அணுவில் உள்ள புரோட்டான், எலக்ட்ரான், நியூட்ரான் துகள்கள் தொடங்கி அதன் உள்கட்டமைப்புவரை நாம் பாடங்களில் படிக்கிறோம். அணுசக்தியைப் பயன்படுத்தி மின்சாரம் எடுக்கவும் முடியும், நாசகாரக் குண்டுகளைத் தயாரித்து உயிர்களை அழிக்கவும் முடியும் என நன்றாகப் புரிந்துவைத்திருக்கிறோம்.

ஆனால், பல நூற்றாண்டுகளுக்குமுன்னால், மக்களுக்கு 'அணு' என்ற வார்த்தையே அறிமுகம் இல்லை. நாம் பயன்படுத்துகிற தினசரிப் பொருள்களில் தொடங்கி இந்தப் பூமி, மலை, கடல், காடுகள், சூரியன், நட்சத்திரங்கள் எல்லாம் அப்படியே முழுமையாக இருக்கின்றன என்றுதான் அனைவரும் நம்பிக்கொண்டிருந்தார்கள்.

அப்போது, கிரேக்க நாட்டில் ல்யூசிப்பஸ் என்ற ஒரு தத்துவ ஞானி. அவரிடம் பாடம் படித்துக்கொண்டிருந்த மாணவர்களில் ஒருவர், டெமோக்ரிடஸ். இவர்கள் இருவரும்

இந்த உலகத்தின் கட்டமைப்பை உடைத்துப்பார்க்கும் ஆராய்ச்சியில் மூழ்கினார்கள்.

தத்துவ ஞானிகளுக்கு அறிவியல் ஆராய்ச்சி எதற்கு?

அந்தக் காலத்தில் தத்துவமும் அறிவியலும் இரண்டறக் கலந்திருந்தன. மனித சரித்திரத்தின் பல ஆரம்ப காலக் கண்டுபிடிப்புகள் தத்துவ ஞானிகளின் 'கேள்வி'களில் இருந்து பிறந்தவைதான்.

அதுபோல, ல்யூசிப்பஸ் ஒரு கேள்வி கேட்டார். 'இந்த உலகம் எதனால் ஆனது?'

'இது என்ன கேள்வி? இந்த உலகம் இயற்கை மற்றும் செயற்கைப் பொருள்களால் ஆனது.'

'சரி. அந்தப் பொருள்கள் எதனால் ஆனவை?'

மாணவர்கள் யோசித்தார்கள். 'பொருள்கள் வேறு சில உதிரி பாகங்களால் ஆனவை!' என்றார்கள்.

உதாரணமாக, ஒரு சைக்கிளை (அந்தக் காலத்தில் சைக்கிளெல்லாம் கிடையாது, ஓர் எடுத்துக்காட்டுக்குச் சொல்கிறோம்) எடுத்துக்கொள்வோம். அதில் சக்கரம், இருக்கை, பெடல், இன்னபிற உபகரணங்கள் (அதாவது சிறிய பொருள்கள்) இருக்கின்றன. அவை எல்லாம் சேர்ந்து சைக்கிள் என்கிற பெரிய பொருளாக மாறுகின்றன.

'சரி. அந்தப் பெடலும் சக்கரமும் எதனால் ஆனவை?'

'உலோகங்களால் ஆனவை.'

'அந்த உலோகங்கள் எதனால் ஆனவை?'

இதற்குமேல் மாணவர்களால் யோசிக்கமுடியவில்லை. 'நீங்களே சொல்லிவிடுங்கள் குருநாதரே' என்றார்கள்.

'எனக்கும் தெரியவில்லை' என்றார் ல்யூசிப்பஸ். 'நான்

யோசிக்கிறேன். நீங்களும் யோசியுங்கள்.'

ல்யூசிப்பஸ்ஸும் அவருடைய மாணவரான டெமோக்ரிடஸ்ஸும் மணிக்கணக்காக, வாரக்கணக்காக, மாதக்கணக்காக யோசித்தார்கள். கடைசியில் ஒரு முடிவுக்கு வந்தார்கள். 'இந்த உலகம், அதில் உள்ள பொருள்கள் எல்லாமே அடோமாஸ் என்ற சிறு பொருள்களால் ஆனவை!'

இவர்கள் இப்படிச் சொன்னதும் மக்கள் திருதிருவென்று விழித்தார்கள். 'அடோமாஸ்? அப்படென்னா என்ன? நாங்க பார்த்ததே இல்லையே!'

'உங்களால் பார்த்திருக்கமுடியாது. அடோமாஸ்கள் ரொம்பச் சிறியவை. மனிதக் கண்ணுக்குத் தெரியாது!'

'அதாவது, நம் யாராலும் பார்க்கமுடியாத சிறிய பொருள்களைக் கொண்டுதான் இந்தப் பெரிய பொருள்களெல்லாம் செய்யப்பட்டிருக்கின்றன என்று சொல்கிறீர்களா?'

'ஆமாம்!'

'இப்போது என் கையில் இருக்கும் குச்சி என் கண்ணுக்குத் தெரிகிறது. ஆனால் அதற்குள் இருக்கும் அடோமாஸ்கள் என் கண்ணுக்குத் தெரியாது. அப்படித்தானே?'

'ஆமாம்!'

'சந்தேகமே இல்லை, உங்களுக்குப் பைத்தியம்தான் பிடித்துவிட்டது' என்று மக்கள் விழுந்து விழுந்து சிரித்தார்கள். அடோமாஸ் பற்றிப் பேசியபோதெல்லாம் அவர்கள் தொடர்ந்து கேலி செய்யப்பட்டார்கள். அவர்களை யாரும் சீரியஸாக எடுத்துக்கொள்ளவே இல்லை.

அதேசமயம், ல்யூசிப்பஸ், டெமோக்ரிடஸ் இருவரும் நம்பிக்கை இழக்கவில்லை. தங்களுடைய கணிப்பு தவறாக இருக்குமோ என்று சந்தேகப்படவில்லை. மக்களுக்கு அதை விளக்கிச் சொல்லவும் புரியவைக்கவும் என்னமாதிரி உதாரணங்களைப்

பயன்படுத்தலாம், எப்படி நிரூபிக்கலாம் என்று தொடர்ந்து யோசித்துவந்தார்கள்.

உதாரணமாக, இப்போது உங்கள்முன்னால் ஒரு சீஸ் (பாலாடைக்கட்டி) இருக்கிறது. நீங்கள் அதைச் சரிபாதியாக, அதாவது இரண்டு துண்டுகளாக வெட்டவேண்டும். முடியுமா?

'ஓ, முடியுமே. இதோ, வெட்டிவிட்டேன்.'

அடுத்து, அந்த இரண்டு துண்டுகளில் ஒன்றைமட்டும் எடுத்துக்கொள்ளுங்கள், அதை இரண்டாக வெட்டமுடியுமா?

'அதுவும் முடியும். வெட்டியாச்சு!'

மறுபடி இந்த இரண்டு சிறு துண்டுகளில் ஒன்றைமட்டும் எடுத்துக்கொள்ளுங்கள். அதைப் பாதியாக வெட்டுங்கள், அதில் பாதி, அதில் பாதி என்று வெட்டிக்கொண்டே செல்லுங்கள். ஒருகட்டத்தில், இதற்குமேல் இந்தப் பாலாடைக்கட்டியைச் சிறியதாக வெட்டவேமுடியாது என்கிற நிலைமை வருமல்லவா? அதுதான் அடோமாஸ்!

இப்படி எளிய உதாரணங்களுடன் டெமோக்ரிடஸ் விளக்கியபோது மக்கள் புரிந்துகொண்டார்கள். ஆனால் அதை ஏற்கும் மனோநிலையில் அவர்கள் இல்லை. அடோமாஸ் துகள்களின் தன்மை, அவை எப்படி ஒன்றோடொன்று இணைகின்றன, எப்படி இயங்குகின்றன என்றெல்லாம் டெமோக்ரிடஸ் விரிவாகப் பேசியும் பிரயோஜனம் இல்லை. அவர் தொடர்ந்து புறக்கணிக்கப்பட்டார்.

போதாக்குறைக்கு, அந்தக் காலகட்டத்தில் மிகப் பிரபலமாக இருந்த வேறு சில விஞ்ஞானிகள் டெமோக்ரிடஸையும் அவருடைய ஆசிரியர் ல்யூசிப்பஸையும் பிடிவாதமாகப் புறக்கணித்தார்கள். 'அவங்க சொல்றதெல்லாம் சுத்தப் பேத்தல்' என்று விடாப்பிடியாக மறுத்தார்கள். கடைசிவரை அவர்கள் முன்வைத்த 'அடோமாஸ் கொள்கை' ஏற்றுக்கொள்ளப்படவே இல்லை.

அதன்பின்னர், சுமார் 2500 ஆண்டுகள் கழித்து நிகழ்த்தப்பட்ட அறிவியல் ஆய்வுகளில் டெமோக்ரிடஸ் சொன்ன 'அடோமாஸ்' அடிப்படைக் கொள்கைகள் உண்மைதான் என்று சந்தேகத்துக்கு இடமின்றி நிரூபிக்கப்பட்டது. ஆங்காங்கே சில பிழைகள் இருந்தாலும், அந்தக் காலத்தில், எந்த அறிவியல் பின்னணியும் இல்லாமல் அவர் இந்த விஷயத்தை ஊகித்து அறிந்து சொன்னது பெரிய ஆச்சர்யம்தான்.

ல்யூசிப்பஸ், டெமோக்ரிடஸ் இருவரும் அவர்கள் வாழ்ந்த காலத்தில் பெரிதாக மதிக்கப்படாவிட்டாலும், இன்றைக்கு அவர்கள் நவீன அணு இயலின் தந்தைகள் எனப் போற்றப்படுகிறார்கள். அவர்கள் பயன்படுத்திய 'அடோமாஸ்' என்ற கிரேக்க வார்த்தையில் இருந்துதான் அணுவைக் குறிக்கும் 'ஆடம்' என்ற ஆங்கில வார்த்தை வந்தது.

'சூரியனைக் கைகளால் மறைக்கமுடியாது' என்று ஒரு பழமொழி உண்டு. அது இயற்கைக்குமட்டுமில்லை, அறிவியலுக்கும் பொருந்தும்!

9. வேட்டை!

காலை நேரம். லேசான வெய்யில். கொஞ்சம் மலைச்சாரல் காற்று. இதமான சூழ்நிலை.

ஜார்ஜெஸ் டெ மெஸ்ட்ரல் சுறுசுறுப்பாக நடந்துகொண்டிருந்தார். பக்கத்தில் அவருடைய செல்ல நாய் குடுகுடுவென்று ஓடி வந்தது.

ஸ்விட்ஸர்லாந்தில் பிறந்து வளர்ந்த மெஸ்ட்ரல் ஓர் எஞ்சினியர், அறிவியல் ஆர்வலர், கண்டுபிடிப்பாளர். பரபரப்பான தினசரி வேலைகளுக்கு நடுவே இப்படி ஒரு சின்ன விடுமுறை எடுத்துக்கொண்டு மலைக்காடுகளில் வேட்டையாடுவது அவருடைய பொழுதுபோக்கு. அதன்மூலம் தன்னுடைய உடலும் மனமும் புத்துணர்ச்சி பெறுவதாக அவர் உணர்ந்தார். 'ஒரு குட்டியூண்டு ப்ரேக் எடுத்துட்டுத் திரும்பி வந்தா முன்பைவிடப் பலமடங்கு உற்சாகமா வேலைகளைச் செய்யமுடியுது' என்றார்.

ஆனால் இந்தமுறை அவர்களுடைய வேட்டைப் பயணம் அத்தனை சவுகர்யமாக இல்லை. அவர்கள் கடந்து சென்ற காடுகள் எல்லாமே மிக அடர்த்தியானவை. பல இடங்களில் சரியான பாதைகள்கூடக் கிடையாது. செடிகளை ஒதுக்கி வழி

அமைத்துக்கொண்டுதான் முன்னே நடக்கவேண்டியிருந்தது.

சிறிது தூரம் நடந்தபிறகு, ஒரு சின்ன வெற்றிடம் எதிர்ப்பட்டது. அவர்கள் ஓய்வாக அமர்ந்தார்கள். கால்களை நீட்டி அமர்ந்தபடி பெருமூச்சுவிட்டார் மெஸ்ட்ரல். பக்கத்தில் படுத்திருந்த நாயின் முதுகைத் தடவிக்கொடுத்தார்.

அவரது நாயின் உடல்முழுவதும் சிறு பந்துகளைப்போலப் பல விதைகள் ஒட்டிக்கொண்டிருந்தன. அவற்றை ஒவ்வொன்றாக நீக்கிவிட்டார் மெஸ்ட்ரல்.

ஆச்சர்யமான விஷயம், இந்த விதைகள் பார்ப்பதற்குச் சின்னதாகத் தெரிந்தாலும், அவற்றை நீக்குவது ரொம்பக் கஷ்டமாக இருந்தது. பல விதைகள் 'நகரமாட்டேன்' என்று பிடிவாதம் பிடித்தன, மெஸ்ட்ரலின் சட்டை, பேன்ட், சாக்ஸில்கூட ஒட்டிக்கொண்டன.

அப்போதுதான் மெஸ்ட்ரல் அந்த விஷயத்தைக் கவனித்தார், நாயின் உடம்பில்மட்டுமில்லை, அவரது உடைகளிலும் அதேமாதிரி சிறு விதைகள் ஏராளமாகத் தொற்றிக்கொண்டிருந்தன!

'இது என்ன மாயம்? எங்கேயோ செடிகளில் வளர்ந்திருக்கும் விதைகள் பசை போட்டு ஒட்டியதுபோல் 'பச்சக்'கென்று என்மேலேயும் இந்த நாய்மேலேயும் வந்து அப்பிக்கொண்டது எப்படி? நாங்கள் நடக்கும்போதுகூட இவை கீழே விழவில்லையே, அது ஏன்?' யோசிக்க ஆரம்பித்தார் மெஸ்ட்ரல்.

நீங்களும் கொஞ்சம் கற்பனை செய்து பாருங்கள். நாலு அரிசியை எடுத்து உங்கள் சட்டைமீது போட்டால் என்ன ஆகும்? சில விநாடிகள் அது அங்கேயே நிற்கும். நீங்கள் நகர்ந்தவுடன் சரிந்து கீழே விழுந்துவிடும். இல்லையா?

அதே அரிசியைப் பசை போட்டு உங்கள் சட்டையில் ஒட்டினால்? அதுவாகக் கீழே விழாது, நீங்களாக நீக்கினால்தான் உண்டு.

இந்த விதைகள் அப்படித்தான் மெஸ்ட்ரல், அவரது நாயின்மீது பிடிவாதமாக ஒட்டிக்கொண்டிருந்தன. அவற்றில் இயற்கையாகவே பசை இருக்கிறதோ? இப்படி யோசித்தபோது மெஸ்ட்ரலுக்குச் சிரிப்புதான் வந்தது.

ஒருவழியாக, எல்லா விதைகளையும் நீக்கியாகிவிட்டது. மெஸ்ட்ரல் மீண்டும் நடக்க ஆரம்பித்தார். அவரது நாய் பின்னாலேயே ஓடிவந்தது.

சில நாள்களில் அந்த வேட்டைப் பயணம் முடிந்தது. மெஸ்ட்ரல் வீட்டுக்குத் திரும்பினார்.

இப்போதும், அவரது உடைகளில், நாய்மீது அதே சின்னச் சின்ன விதைகள் ஏராளமாக ஒட்டிக்கொண்டிருந்தன. அவற்றை நீக்குவது பெரிய தொந்தரவாக இருந்தது. சிலவற்றைக் கத்தரிக்கோல் கொண்டு வெட்டிதான் அகற்றவேண்டியிருந்தது.

பொதுவாக ஒரு தாவரத்தின் விதைகள் வேறோர் இடத்தில் சென்று முளைப்பதற்காகக் காற்றையோ தண்ணீரையோ வண்டுகளையோ பறவைகளையோ மனிதர்களையோ தூதுவர்களாகப் பயன்படுத்துவது உண்டு. ஆனால் இந்தச் சின்னஞ்சிறு விதைகள் இப்படி ஆவேசமாகத் துணிகள்மீது ஒட்டிக்கொள்வது எப்படி? மெஸ்ட்ரலுக்கு இது புரியாத புதிராக இருந்தது.

மெஸ்ட்ரல்தான் விஞ்ஞானியாச்சே. அந்த விதைகளின் 'பச்சக்' சூட்சுமத்தைக் கண்டுபிடித்துவிடவேண்டும் என்று முடிவெடுத்தார். அவற்றைத் தனியே பிரித்து எடுத்தார். மைக்ரோஸ்கோப்மூலம் ஆராய்ந்து பார்த்தார்.

பொதுவாக விதைகளின் வெளிப்பரப்பு சமதளமாக இருப்பதுதான் வழக்கம். ஆனால் இந்த விதைகள் கொஞ்சம் வித்தியாசமாக இருந்தன. அவற்றின் மேல்பகுதிமுழுக்கப் பல நூறு சின்னஞ்சிறிய கொக்கிகள் தென்பட்டன.

இதனால், இந்த விதைகள் ஏதாவது ஓர் ஆடைமீது லேசாகப்

பட்டாலே போதும். அங்கே உள்ள இழைகளில் இந்தக் கொக்கிகள் சிக்கிக்கொள்கின்றன. ஒவ்வொரு கொக்கியும் சின்னச் சின்னதாக இருப்பினும், ஒரே நேரத்தில் எல்லாக் கொக்கிகளும் சேர்ந்து மாட்டும்போது அந்தப் பிணைப்பு மிக வலுவாகிவிடுகிறது. அதனால்தான் அவற்றை அத்தனை சுலபத்தில் நீக்கமுடிவதில்லை.

இயற்கையின் இந்த ஆச்சர்யமான ஏற்பாடு மெஸ்ட்ரலுக்குப் பிரமிப்பூட்டியது. 'சின்னச் சின்னக் கொக்கிகள் ஒன்றாகச் சேர்ந்தால் மிக வலுவான ஒரு பிணைப்பு கிடைக்கிறது' என்று தனக்குள் சொல்லிக்கொண்டார்.

அடுத்த நிமிடம், அவருக்கு ஒரு யோசனை. 'இந்த இயற்கைத் தத்துவத்தைப் பயன்படுத்தி நாம் ஏதாவது ஒரு புதிய பொருளை உருவாக்கமுடியுமா?'

அப்போது இரண்டு துணிகள் அல்லது வேறு பொருள்களை இணைப்பதற்குப் பொத்தான்களோ 'ஜிப்'களோதான் பயன்படுத்தப்பட்டன. அவற்றில் பல பிரச்னைகள் இருந்ததால், வேறு புதுமையான பிணைப்புகள் தேவைப்பட்டன.

மெஸ்ட்ரல் தனது 'கொக்கி'த் தத்துவத்தை அடிப்படையாக வைத்து ஒரு வித்தியாசமான பிணைப்பை உருவாக்கினார். அதன் ஒருபக்கத்தில் பல்வேறு கொக்கிகள் நெருக்கமாக அமைக்கப்பட்டிருந்தன. இன்னொருபக்கம் செயற்கை இழைகள் இருந்தன. இவற்றை ஒன்றோடொன்று சேர்த்து அழுத்தும்போது அவை சுலபத்தில் பிரிக்கமுடியாதபடி வலுவாக இணைந்துகொண்டன.

இதைச் சொன்னதுமே உங்களுக்குப் புரிந்திருக்கும். நீங்கள் அணிகிற ஷூ, ஜெர்கின், கைப்பை உள்ளிட்ட பல பொருள்களில் பயன்படுத்தப்படுகிற 'வெல்க்ரோ' என்கிற பிணைப்புதான் இது. அறுபது வருடங்களுக்கு முன்னால் ஒரு வேட்டைப் பயணத்தில் ஜார்ஜெஸ் டெ மெஸ்ட்ரல் எதேச்சையாகக் கண்டுபிடித்த வெல்க்ரோ இன்றைக்கு உலகம்முழுக்கப் பல

கோடி பொருள்களில் பயன்படுத்தப்படுகிறது.

ஃப்ரெஞ்ச் மொழியில் 'வெலோர்ஸ்' என்றால் வெல்வெட் போன்ற மென்மையான துணி, 'க்ரொகெட்' என்றால் கொக்கி. இவை இரண்டையும் இணைத்து அதற்கு 'வெல்க்ரோ' என்று பெயர் சூட்டினார் மெஸ்ட்ரல். அவரே ஒரு நிறுவனத்தைத் தொடங்கி வெல்க்ரோக்களைப் பெரும் எண்ணிக்கையில் தயாரித்து விற்பனை செய்தார். பல கிண்டல், கேலி, தடைகளுக்கு நடுவே அதனைத் தொடர்ந்து உற்பத்தி செய்து ஏராளமாகச் சம்பாதித்தார்.

ஒருவேளை மெஸ்ட்ரல் நம் ஊரில் பிறந்திருந்தால், 'வேட்டையாடப் போனேன், வெல்க்ரோவைக் கண்டுகொண்டேன்' என்று சந்தோஷமாகப் பாட்டுப்பாடியிருப்பார்!

10. கேளுங்க, கேளுங்க!

'இன்று மாவு மில் விடுமுறை!'

அந்த போர்டை விநோதமாகப் பார்த்தபடி உள்ளே நுழைந்தான் சிறுவன் யஷ்பால். எப்போதும் கரகரவென்று சத்தமிட்டபடி பெரிய ஆர்ப்பாட்டம் செய்கிற மாவு மில் இன்றைக்கு ஒரு குண்டூசி கீழே விழுந்தால்கூடத் தெளிவாகக் கேட்கிற அளவுக்கு அமைதியாகக் கிடந்தது. ஏன்?

யஷ்பாலுக்கு அந்த மாவு மில்லும் அதில் இருக்கிற பிரம்மாண்ட இயந்திரமும் ரொம்பப் பிடித்தமானவை. ஒரு பெரிய உருளை, அதற்குள் தானியங்களை அரைக்கின்ற கற்கள் இரண்டு, அவற்றை இயக்குவதற்கான சக்கரங்கள், ரப்பர் பட்டைகள், இன்னும் என்னென்னவோ. இவை அனைத்தும் ஒன்றாகச் சேர்ந்து இயங்குவது எப்படி என்கிற மாயாஜாலம் மட்டும் அவனுக்கு இன்னும் புரியவில்லை.

கோட் இஸாஷா என்கிற சிறிய கிராமம் அது. அங்கே யஷ்பாலின் தாத்தாவும் மாமாவும் சேர்ந்து அந்த மாவு மில்லை நடத்திக்கொண்டிருந்தார்கள்.

இப்போது நம் வீடுகளில் மிக்ஸியும் கிரைண்டரும் இருக்கின்றன.

எதை அரைப்பதென்றாலும் சட்டென்று அவற்றைப் பயன்படுத்திக்கொள்கிறோம். அந்தக் காலத்தில் அப்படிப்பட்ட வசதிகளெல்லாம் இல்லை. அதிலும் குறிப்பாக, ஏழை மக்கள் மிக்ஸி, கிரைண்டருக்கு எங்கே போவார்கள்? இதுமாதிரி மில்களைத்தான் தேடி வரவேண்டும்.

இப்படி வருகிற மக்கள் கூட்டம்தான் யஷ்பாலுக்குச் சுவாரஸ்யமான பொழுதுபோக்கு. அவர்கள் பெரிய பாத்திரங்களில் கோதுமை அல்லது மற்ற தானியங்களைக் கொண்டுவருவதை ஆவலுடன் பார்ப்பான். அந்தத் தானியங்கள் பெரிய அரைவை இயந்திரங்களில் கொட்டப்படுவதையும் சில நிமிடங்கள் கழித்து இன்னொரு முனையில் நைஸான பொடியாக வெளியே வருவதையும் பார்க்கப் பார்க்க அவனுக்கு ஆச்சர்யம் தாங்காது.

இந்தப் பிரம்மாண்ட இயந்திரம் எப்படி இயங்குகிறது? நாம் கையில் தொட்டுப் பார்த்தால் மிகவும் கடினமாக இருக்கும் கோதுமையைக்கூட அது நொறுக்கித் தூள் தூளாக்கிவிடுகிறதே, எப்படி? தன்னுடைய மாமாவிடம் கேட்டான் யஷ்பால்.

'அது ஒண்ணும் பெரிய விஷயம் இல்லைடா. நானே உனக்கு ஒருநாள் சொல்லித்தர்றேன்' என்றார் மாமா.

'நிஜமாவா சொல்றீங்க?'

'ஆமா! நான் என்ன உன்னைமாதிரி பள்ளிக்கூடத்துக்குப் போய்ப் படிச்சேனா? நாலுவாட்டி நானே இந்த மெஷினைப் பிரிச்சுப் போட்டுப் பூட்டினேன், உள்ளே என்ன இருக்குன்னு எட்டிப்பார்த்தேன், இதோட சூட்சுமம் பிடிபட்றுச்சு, உனக்கென்ன, புத்திசாலிப் பையன், ஒருவாட்டி சொல்லித்தந்தா சட்டுன்னு பிடிச்சுக்குவே!'

மாமா அப்படிச் சொன்னதுமுதல் யஷ்பால் அந்த நாளுக்காக ஆவலுடன் காத்திருக்கிறான். எப்படியாவது இந்த இயந்திரத்தின் நுட்பத்தைப் புரிந்துகொண்டுவிடவேண்டும். ஆனால் எப்படி? எப்போது?

அதெல்லாம் போகட்டும். இன்றைக்கு மாவு மில் விடுமுறையாமே.

ஏன்? ஏதாவது பிரச்னையா? யோசனையுடன் நடந்தான் யஷ்பால்.

அங்கே அவனுடைய பிரியத்துக்குரிய மாவு மில் இயந்திரம் இரண்டாகப் பிளந்து கிடந்தது. அதனுள் இருக்கவேண்டிய பாகங்களெல்லாம் வெளியே குவியலாகக் கிடந்தன.

அதிர்ந்துபோன யஷ்பால் வேகமாக ஓடினான். 'மாமா... மாமா...'

'என்னடா?' மேலேயிருந்து குரல் வந்தது. நிமிர்ந்து பார்த்தால் யஷ்பாலின் மாமா மில் இயந்திரத்தின்மீது உட்கார்ந்திருந்தார். எதையோ சுத்தப்படுத்திக்கொண்டிருந்தார்.

'மாமா, இந்த மெஷின்... இந்த மெஷின்... உடைஞ்சுபோச்சா?'

'சேச்சே' என்று சிரித்தார் மாமா. 'இந்த மெஷின் என்னோட குழந்தைமாதிரி, இதுக்கு ஒரு பிரச்னையும் வராம பார்த்துக்குவேன்' என்றார்.

'அப்புறம் ஏன் மாமா இதை இப்படிப் பிரிச்சுப் போட்டிருக்கீங்க?'

'நீ தெருப்புழுதியில ரொம்ப நேரம் ஓடியாடினா உங்கம்மா குளிக்கச் சொல்றாங்கதானே? அதுமாதிரி, வருஷம் முழுக்க ஓய்வில்லாம வேலை செய்யுது இந்த மெஷின், அதனால அப்பப்போ இப்படிப் பிரிச்சுச் சுத்தப்படுத்தணும், ஏதாவது பிரச்னை இருக்கா-ன்னு பார்த்துச் சரிசெய்யணும். அப்பதான் எந்தப் பிரச்னையும் இல்லாம இயங்கும்.'

'ஓ, அப்படியா?' வியப்புடன் கேட்டான் யஷ்பால். 'மாமா, இதைச் சுத்தப்படுத்தறதுக்கு நான் உங்களுக்கு உதவி பண்ணட்டுமா?'

'நிச்சயமா' என்றார் மாமா. 'அதோ, அங்கே இருக்கற எண்ணெய்ப் பாத்திரத்தை எடுத்துக் கொடு!'

அடுத்த சில மணி நேரங்கள் யஷ்பாலும் மாமாவும் சுறுசுறுப்பாக வேலை பார்த்தார்கள். அதீத வேலையால் சோர்ந்துபோய்க் கிடந்த அந்த இயந்திரம் கொஞ்சம் கொஞ்சமாகப் பொலிவு பெற்றது. பழைய வேகத்துடன் இயங்க ஆரம்பித்தது.

உற்சாகமான மாமா யஷ்பாலுக்கு அந்த இயந்திரத்தின் நுட்பங்களைச் சொல்லித்தர ஆரம்பித்தார். கோதுமையையோ அல்லது மற்ற தானியங்களையோ அது எப்படி அரைத்துப் பொடியாக்குகிறது என்று விரிவாகக் கற்றுத்தந்தார்.

அதுதான் ஆரம்பம். அதன்பிறகு யஷ்பால் தன்னைச் சுற்றியிருக்கிற எல்லா இயந்திரங்களையும் ஆர்வத்தோடு பார்க்க ஆரம்பித்தான். அவை எப்படி இயங்குகின்றன என்று கற்பனை செய்தான், அதுபற்றிய புத்தகங்களைத் தேடிப் படித்தான், விவரம் தெரிந்தவர்களைக் கேட்டுப் புரிந்துகொண்டான்.

யஷ்பால் வளர வளர, அவனுடைய ஆர்வங்களும் வளர்ந்தன. செயற்கை சமாசாரங்கள்மட்டுமல்ல, நாம் வாழும் இந்தப் பிரபஞ்சமும் ஒரு பிரம்மாண்டமான இயந்திரம்தான் என்று தெரிந்துகொண்டான். அதன் இயக்கத்தைப்பற்றிப் புரிந்துகொள்வதற்கான பரிசோதனைகளில் ஈடுபட்டான். கொஞ்சம் கொஞ்சமாக அறிவியல் அவனைத் தன்னுள் ஈர்த்துக்கொண்டது.

'சின்ன வயதில் நிறையக் கேள்விகள் கேட்டதுதான் என்னை ஓர் அறிவியலாளனாக உருவாக்கியது' என்கிறார் பேராசியர் யஷ்பால். இப்போது அவர் இயல்பியல் துறையில் உலகின் மிகச் சிறந்த நிபுணர்களில் ஒருவராகத் திகழ்கிறார். அதேநேரம் தன்னுடைய திறமையையெல்லாம் ஆராய்ச்சிகளில்மட்டும் கொட்டாமல், சின்னக் குழந்தைகளின் அறிவியல் குறித்த கேள்விகள், சந்தேகங்களைத் தீர்த்துவைக்கும் பணியிலும் ஆர்வத்துடன் ஈடுபட்டுவருகிறார். இதுபற்றி அவர் நடத்திய தொலைக்காட்சி நிகழ்ச்சிகள் மிகவும் பிரபலமானவை.

உங்களுக்குள்ளும் சிறுவன் யஷ்பால்போலப் பல கேள்விகள் இருக்கும். அவற்றைப் பூட்டிவைக்காதீர்கள். 'கேளுங்கள், தரப்படும்' என்பது ஆன்மிகத்தில்மட்டுமல்ல, அறிவியலிலும் உண்மை!

11. தங்கம் எங்கே?

'நீங்க சூரியனைப் பார்த்திருக்கீங்களா?'

விஞ்ஞானி குஸ்தாவ் கிர்ச்சாஃப் இந்தக் கேள்வியைக் கேட்டதும் சுற்றியிருந்தவர்கள் சட்டென்று சிரித்துவிட்டார்கள். 'சார், நீங்க பெரிய விஞ்ஞானியா இருக்கலாம். அதுக்காக எங்களையெல்லாம் இப்படிக் கிண்டலடிக்கக்கூடாது' என்றார் ஒருவர்.

'இல்லைங்க, நான் சீரியஸாதான் கேட்கறேன். நீங்க சூரியனைப் பார்த்திருக்கீங்களா?'

'இதென்னங்க கேள்வி? எல்லோருமே சூரியனைப் பார்த்திருக்கோம். அதுக்கு என்ன இப்போ?'

'சரி. அந்தச் சூரியன்ல என்ன இருக்கு? தெரியுமா?'

இப்போது அவர்கள் யோசிக்க ஆரம்பித்தார்கள். சிறிது நேரத்துக்குப்பிறகு ஒருவர் தயங்கித் தயங்கிப் பதில் சொன்னார். 'இங்கிருந்து பார்க்கும்போது அது ஒரு பெரிய நெருப்பு உருண்டைமாதிரிதான் தெரியுது. இல்லையா?'

'உண்மைதான். ஆனா சூரியன்ங்கறது நாம நினைக்கறமாதிரி வெறும் நெருப்புமட்டும் இல்லை. அங்கே நிறைய தனிமங்கள், உலோகங்கள்லாம் இருக்குன்னு நாங்க நினைக்கறோம்' என்றார் குஸ்தாவ் கிர்ச்சாஃப். 'அதைப்பத்திதான் நான் இப்போ ஆராய்ச்சி செஞ்சுகிட்டிருக்கேன்.'

சுற்றியிருந்தவர்கள் அவரை நம்பமுடியாமல் பார்த்தார்கள். இவர் உண்மையைச் சொல்கிறாரா? அல்லது நமக்கு ஒன்றும் தெரியாது என்று கதை கட்டுகிறாரா?

அவர்களுடைய குழப்பத்தைப் புரிந்துகொண்ட குஸ்தாவ் பொறுமையாக விளக்க ஆரம்பித்தார். 'நாம இங்கிருந்து பார்க்கற சூரியனும், நிஜத்துல அங்கே இருக்கிற சூரியனும் ஒண்ணு இல்லை. பல நூறு வருஷமா சூரியனை தூரத்துல இருந்தே பார்த்துட்டோம். இப்போதான் நவீன அறிவியல் புண்ணியத்துல சூரியன்ல என்னென்ன இருக்குன்னு பக்கத்துல பார்த்துத் தெரிஞ்சுக்கற வாய்ப்பு நமக்குக் கிடைச்சிருக்கு.'

'எப்படி? சூரியனுக்கு மனுஷனை அனுப்பப்போறீங்களா?'

குஸ்தாவ் சிரித்தார். 'அவசியமே இல்லை. சூரியன்லேர்ந்து பூமிக்கு வர்ற கதிர்களைக் கவனிச்சு ஆராய்ச்சி செஞ்சாலே போதும், அங்கே என்னென்ன இருக்கு-ன்னு ஓரளவு சரியாச் சொல்லிடலாம்' என்றார். 'இந்தத் தொழில்நுட்பத்துக்குப் பேரு ஸ்பெக்ட்ரோக்ராஃபி.'

இப்போது அங்கே இருந்தவர்களுக்குக் கொஞ்சம் சுவாரஸ்யம் தட்டியது. அவர் சொல்வதை உற்றுக் கவனிக்க ஆரம்பித்தார்கள்.

'நாங்க இப்படிச் சூரியனோட கதிர்களைத் தொடர்ந்து ஆராய்ச்சி செஞ்சதுல அங்கே பலவிதமான வேதிப்பொருள்கள் இருக்குன்னு கண்டுபிடிச்சிருக்கோம். உதாரணமா, நமக்கெல்லாம் நல்லாத் தெரிஞ்ச தங்கம்!'

'என்னது? தங்கமா?' கூட்டம் வாயைப் பிளந்தது. 'சூரியன்ல தங்கம் இருக்கா?'

'ஆமா. அதுவும் நாம நினைக்கறமாதிரி கொஞ்சநஞ்சத் தங்கம் இல்லை, ஏகப்பட்ட தங்கம் கொட்டிக்கிடக்குன்னு ஸ்பெக்ட்ரோக்ராஃபி சொல்லுது!'

அங்கிருந்த எல்லோரும் குஸ்தாவ் கிர்ச்சாஃபை வியப்புடன் பார்த்துக்கொண்டிருக்க, ஒரு நண்பர்மட்டும் அலட்சியமாகப் பேசினார். 'நீங்க சொல்றதெல்லாம் சரிதான். ஆனா, இதனால என்ன பிரயோஜனம்? சூரியன்ல இருக்கற அந்தத் தங்கத்தைப் பூமிக்குக் கொண்டுவரமுடியாதே!'

'உண்மைதான். ஆனா, சூரியன்ல என்னென்ன இருக்குன்னு தெரிஞ்சுக்கறோமே, அந்த அறிவு முக்கியமில்லையா?'

'அடப் போங்க சார். தங்கம்ன்னா அதைக் கையில வெச்சுப் பார்க்கணும், விக்கணும், இல்லாட்டி நகையாச் செஞ்சு போட்டுக்கணும். சும்மா சூரியன்ல தங்கம் இருக்கு, வெள்ளி இருக்கு, வெண்டைக்காய் இருக்குன்னு வெட்டியா ஆராய்ச்சி செஞ்சாமட்டும் போதுமா?'

அந்த நண்பர் இப்படிப் பேசியது குஸ்தாவுக்கு மிகவும் வருத்தம் அளித்தது. ஆனால் அவர் அதை வெளிக்காட்டிக்கொள்ளவில்லை. புன்னகையோடு மற்றவர்களிடம் பேசினார்.

குஸ்தாவ் கிர்ச்சாஃபின் ஆராய்ச்சிகள் தொடர்ந்தன. சூரியனில் இருந்து வருகிற கதிர்களை அடிப்படையாக வைத்து அங்கே என்னென்ன வேதிப்பொருள்கள் உள்ளன என்று துல்லியமாகக் கண்டுபிடித்துவிட்டார் அவர்.

இதற்காக, அவருக்குப் பாராட்டுகள் குவிந்தன. உலகம்முழுவதிலும் இருந்து பல்வேறு அறிவியல் கழகங்கள், அரசாங்க, தனியார் அமைப்புகள் அவரைப் பாராட்டினார்கள், விருதுகளைக் கொடுத்துக் கௌரவித்தார்கள்.

இப்படி அவருக்கு வழங்கப்பட்ட விருதுகளில் ஒன்று, தங்கப் பதக்கம். பிரிட்டனைச் சேர்ந்த ஓர் அறிவியல் அமைப்பு குஸ்தாவுக்கு இந்தப் பதக்கத்தை அளித்தது.

உடனடியாக, தன்னைக் கிண்டலடித்த அந்த நண்பரைத் தேடிச் சென்றார். தனக்கு அளிக்கப்பட்ட பதக்கத்தைக் காண்பித்தார்.

அந்த நண்பருக்கு ஒன்றும் புரியவில்லை. 'என்னங்க இது?'

'தங்கம்' என்றார் குஸ்தாவ். 'அன்னிக்குக் கேட்டீங்களே, சூரியன்லேர்ந்து தங்கம் எடுக்கமுடியுமான்னு? இதோ, எடுத்துட்டேன் பாருங்க!'

ஜெர்மனைச் சேர்ந்த விஞ்ஞானி குஸ்தாவ் கிர்ச்சாஃபின் வாழ்க்கையில் நடந்த இந்தச் சம்பவம் நமக்கு வேடிக்கையாகத் தோன்றினாலும், உண்மையில் ஒரு மிக முக்கியமான பாடத்தை முன்வைக்கிறது. அறிவியல் கண்டுபிடிப்புகளின் நோக்கம், மனித அறிவைப் பெருக்கிக்கொள்வதுதான். அவற்றை வைத்துக் காசு சம்பாதிப்பதுதான் அளவுகோல் என்று வைத்துக்கொண்டுவிட்டால், இந்த உலகத்தைப் பேராசைதான் ஆட்டிவைக்கும், அதற்குப் பதிலாகத் தேடலை லட்சியமாக வைத்து முன்னேறினால் பணமோ புகழோ தானே கிடைக்கும். இன்றைக்கு இல்லாவிட்டாலும், நாளைக்கு.

12. குடை ஜாலம்!

'அங்கே என்ன கூட்டம்?'

'யாரோ ஒருத்தன் தெருவுல வித்தை காட்டறான். கயித்துமேல நடக்கப்போறானாம்.'

செபாஸ்டியனுக்குச் சட்டென்று சுவாரஸ்யம் தட்டியது. அவரும் கூட்டத்தோடு சேர்ந்துகொண்டார். முண்டியடித்து உள்ளே எட்டிப்பார்த்தார்.

தரையிலிருந்து சில அடி உயரத்தில் ஒரு நீண்ட கயிறு கட்டப்பட்டிருந்தது. கழைக்கூத்தாடி ஒருவர் அதன்மீது ஏறி நடப்பதற்குத் தயாராகிக்கொண்டிருந்தார். கூட்டத்தில் இருந்த எல்லோரும் அவரை ஆர்வத்துடன் பார்த்தபடி தங்களுக்குள் ஏதோ முணுமுணுத்துக்கொண்டிருந்தார்கள்.

செபாஸ்டியன் அந்தக் கயிற்றைக் குறுகுறுப்புடன் பார்த்தார். இதில் ஒரு மனிதன் நடந்து செல்ல முடியுமா? எப்படி? இரண்டு அடி வைப்பதற்குள் பேலன்ஸ் போய்க் கீழே விழுந்துவிடமாட்டானா?

அவர் யோசித்துக்கொண்டிருக்கும்போதே, அந்தக்

கழைக்கூத்தாடி கயிற்றின்மீது ஏறிவிட்டார். அவர் கையில் ஒரு குடை இருந்தது. அதனை விரித்துக்கொண்டார்.

குடை எதற்கு? இப்போது என்ன மழையா வரப்போகிறது?

ம்ஹூம், இல்லை. அந்தக் கழைக்கூத்தாடி தன்னுடைய குடையை 'பேலன்ஸ்', அதாவது சமநிலைக்காகப் பயன்படுத்தினார். கயிற்றின்மீது நடக்கும்போது அவர் விழுவதுபோல் தோன்றிய நேரத்திலெல்லாம் அந்தக் குடையை அங்கும் இங்கும் மேலும் கீழும் நகர்த்தினார். மளமளவென்று நடந்து அந்தப் பக்கம் போய்விட்டார்.

கூட்டம் அசந்துபோய்க் கைதட்டியது. செபாஸ்டியனும் பிரமிப்புடன் அந்தக் கழைக்கூத்தாடியைப் பார்த்தார். அவரைவிட, அவர் கையில் இருந்த குடை ஒரு மிகப் பெரிய மேஜிக் சாதனமாகத் தோன்றியது. 'இந்தச் சாதாரணப் பொருளுக்குள் இப்படி ஒரு மேட்டரா?!'

லூயி செபாஸ்டியன் லெனோர்மன்ட் ஃபிரான்ஸைச் சேர்ந்தவர். அங்கே அவருடைய குடும்பத்துக்குச் சொந்தமாக ஒரு கடிகாரக் கடை இருந்தது. அதில் இவரும் இணைந்துகொண்டார், தந்தைக்கு உதவியாக இருந்தார், ஓய்வு நேரத்தில் ஊரைச் சுற்றிவந்தார்.

அப்படி ஒரு பயணத்தின்போதுதான், செபாஸ்டியன் இந்தக் கழைக்கூத்தாடியைப் பார்த்தார், அவருடைய கையில் இருந்த குடையின் மகிமையைத் தெரிந்துகொண்டார்.

செபாஸ்டியனுக்கு அறிவியல் ஆர்வம் அதிகம். இந்தக் குடையைப் பயன்படுத்தி ஒரு பரிசோதனை செய்து பார்க்க நினைத்தார்.

அப்போதெல்லாம் ஏதேனும் ஒரு பெரிய கட்டடத்தில் தீ விபத்து நேரிட்டால், அதன் மேல் மாடிகளில் சிக்கிக்கொண்டவர்களின் நிலைமை ரொம்பப் பரிதாபம். தீயணைக்கும் படை வந்து நெருப்பை அணைக்கும்வரை பதைபதைப்போடு

காத்திருக்கவேண்டும். அவர்களாக வெளியே குதித்தால் அப்படியே கீழே விழுந்து சிதறவேண்டியதுதான்.

இப்படித் தீப் பிடித்த கட்டடங்களின் உள்ளே மாட்டியவர்கள் பத்திரமாகக் கீழே வந்து இறங்கும்வகையில் ஒரு 'ஸ்பெஷல்' குடையைத் தயாரிக்கவேண்டும் என்று நினைத்தார் செபாஸ்டியன். அதற்கான வடிவமைப்பு வேலைகளைத் தொடங்கினார்.

சில நாள்களில், செபாஸ்டியனின் முதல் 'குடை' தயாராகிவிட்டது. அது சரியாக இயங்குகிறதா என்று பரிசோதித்துப் பார்க்கவேண்டும்.

செபாஸ்டியன் அவரே ஒரு கட்டடத்தினுள் ஏறிக் குதிக்க ரெடி. ஆனால் ஒருவேளை குடை சொதப்பிவிட்டால், உயிருக்கே ஆபத்தாச்சே!

ஆகவே, அவர் சில மிருகங்களை வைத்துப் பரிசோதனை செய்து பார்க்கத் தீர்மானித்தார். அவற்றை இந்தக் குடையில் கட்டி மேலே இருந்து கீழே வீசினார். குடை விரிந்து அழகாகக் கீழே இறங்கியது. மிருகங்களுக்கு எந்தப் பிரச்னையும் இல்லை.

உற்சாகமான செபாஸ்டியன் தனது அடுத்த பரிசோதனையைத் தொடங்கினார். இந்தக் கையில் ஒரு குடை, அந்தக் கையில் ஒரு குடையை வைத்துக்கொண்டு மரத்திலிருந்து கீழே குதித்தார். மறுநிமிடம் சின்னக் கீறல்கூட இல்லாமல் எழுந்து நடந்தார்.

இப்போது செபாஸ்டியனுக்குத் தைரியம் இன்னும் அதிகமாகிவிட்டது. ஒரு கட்டடத்தினுள் நுழைந்தார். அதன் முதல் மாடி ஜன்னல் வழியாக எகிறிக் குதித்தார். வெற்றி!

அடுத்து, இரண்டாவது மாடி, மூன்றாவது மாடி... இப்படிப் படிப்படியாக அவர் உயரத்தை அதிகரித்துக்கொண்டே போக, ஒவ்வொருமுறையும் அவர் கையில் இருந்த குடை பக்காவாக வேலை செய்தது. உயரத்திலிருந்து குதிக்கும் மனிதர்கள் சிரமமில்லாமல் கீழே வருவதற்கு இந்தக் குடை போதும் என்று அவர் தீர்மானித்தார்.

இப்போது, அவருடைய கண்டுபிடிப்பை ஊரே பார்க்கவேண்டும். எல்லோர் முன்னாலும் நிரூபிக்கவேண்டும்.

அதற்காக, அந்த ஊரில் இருந்த மிகப் பெரிய கட்டடம் ஒன்றைத் தேர்ந்தெடுத்தார் செபாஸ்டியன். 'இத்தனாம்தேதி மதியம் இத்தனை மணிக்கு நான் அந்தக் கட்டடத்தின் உச்சியில் இருந்து கீழே குதிக்கப்போகிறேன்' என்று பகிரங்கமாக அறிவித்தார்.

அவ்வளவுதான். மக்கள் அலறிவிட்டார்கள். 'செபாஸ்டியனுக்கு என்ன பைத்தியமா? யாராவது ஊரெல்லாம் அறிவிச்சுட்டுத் தற்கொலை செஞ்சுக்குவாங்களா? இது பெரிய சூத்தா இருக்கே' என்று பேசினார்கள். மளமளவென்று அந்தக் கட்டடத்தின்முன்னால் பெரிய கூட்டம் சேர்ந்துவிட்டது.

அநேகமாக அங்கு இருந்த யாருக்கும் செபாஸ்டியன் குதிப்பார் என்கிற நம்பிக்கை இல்லை. அப்படியே குதித்தாலும், அவர் உயிர்பிழைப்பார் என்கிற நம்பிக்கை சுத்தமாக இல்லை.

ஆனால், செபாஸ்டியன் சொன்னபடி குதித்தார். அவர் கையில் இருந்த புதிய கண்டுபிடிப்பு, அதாவது அவருடைய விசேஷக் குடை அவரைப் பத்திரமாகக் காப்பாற்றியது.

தன்னுடைய இந்தக் கண்டுபிடிப்புக்கு 'பாராசூட்' என்று பெயர் சூட்டினார் செபாஸ்டியன். கிரேக்க மொழியில் 'பாரா' என்றால் எதிராக, 'சூட்' என்றால் விழுவது. இந்தக் குடை 'விழுவதற்கு எதிராக'ப் பாதுகாப்புத் தருவதால் அப்படி ஒரு பெயர்.

செபாஸ்டியனுக்கு முன்னால் லியனார்டோ டா வின்சி பாராசூட்டின் வடிவமைப்பைப் படமாக வரைந்திருக்கிறார். ஆனால் அதைச் செய்து முடித்துத் தன்னையே ஒரு பரிசோதனை எலியாக மாற்றிக்கொண்டவர் என்கிறமுறையில் லூயி செபாஸ்டியன் லெனோர்மன்ட்தான் 'பாராசூட்டின் தந்தை'யாக அறியப்படுகிறார்.

தீ விபத்தில் சிக்கிக்கொண்டவர்களுக்கு உதவுவதற்காக அவர் கண்டுபிடித்த பாராசூட், பின்னர் பலூன், விமானம் போன்றவற்றில் இருந்து கீழே குதிக்க நேர்பவர்கள் பயன்படுத்தும் பாதுகாப்பு சாதாரனமாக மாறியது. ஆயிரக்கணக்கான உயிர்களைக் காப்பாற்றியது.

அடிப்படையில் 'பாராசூட்' என்பது வெறும் குடைதான். ஒரு கழைக்கூத்தாடியின் கையில் இருந்த அந்த விளையாட்டுப் பொருளை, உயிர்காக்கும் சாதனமாக மாற்றியதுதான் அறிவியலின் ஜாலம்!

13. எங்கே என் இலக்கு?

'போரடிக்குது.'

சிறுவன் வில்லியம்ஸ், இந்த வார்த்தையைப் பயன்படுத்தாத நாளே கிடையாது. வீட்டில், பள்ளியில், விளையாடும் இடத்தில் என்று எங்கேயும் எப்போதும் எதுவும் அவனுக்கு 'போர்'தான்!

என்னதான் சுவாரஸ்யமான ஒரு விஷயத்தைச் சொல்லிக்கொடுத்தாலும், சில நிமிடங்களுக்குள் அவனுக்கு அது சலித்துப்போய்விடும், 'போரடிக்கிறது' என்று எழுந்து போய்விடுவான்.

இந்தப் பையனை என்னதான் செய்வது? வில்லியம்ஸை நினைக்கையில், அவனுடைய பெற்றோருக்கு மிகவும் கவலையாக இருந்தது.

பையன் என்னவோ புத்திசாலிதான், எந்தப் பாடத்தையும் அதிவேகத்தில் கிரகித்துக்கொள்கிறான், பிறகு நூலகத்தில் அதுபற்றிய புத்தகங்களையெல்லாம் கரைத்துக் குடித்துச் சில தினங்களுக்குள், மிகப் பெரிய வித்தகனாகிவிடுகிறான்.

அதன்பிறகுதான் பிரச்னையே, இவ்வளவு தூரம் விரும்பிப் படித்த பாடத்தை, 'போரடிக்கிறது' என்கிற ஒற்றைச் சொல்லால்

நிராகரித்துவிட்டு, அதற்குச் சம்பந்தமே இல்லாத வேறொரு விஷயத்துக்குத் தாவுவான் வில்லியம்ஸ். அங்கே சில தினங்களைக் கழித்தபிறகு, அதை மறந்து மறுபடி வேறொரு புதிய ஆர்வத்தைத் தேடத் தொடங்கிவிடுவான்.

இப்படி ஒரு பையன் குரங்குபோல் மரம் மரமாகத் தாவிக்கொண்டிருந்தால், அவனுடைய எதிர்காலம் என்ன ஆகும்? ஏதேனும் ஒரு விஷயத்தில் ஆர்வம் செலுத்தி உழைத்தால்தானே நாளைக்குப் பெரிய அளவில் முன்னேறமுடியும்?

வில்லியம்ஸின் பெற்றோர், ஆசிரியர்கள் அவனைத் திருத்துவதற்கு எவ்வளவோ முயன்று பார்த்தார்கள். அவனுக்கு எது மிகவும் பிடிக்கிறது என்று விசாரித்து, அதில் அவனுடைய கவனத்தைத் திருப்பினால், பையன் நிச்சயமாகத் தேறிவிடுவான் என்று ராத்திரி பகலாக மெனக்கெட்டார்கள்.

ம்ஹூம், எந்தப் பிரயோஜனமும் இல்லை. வில்லியம்ஸ் எப்போதும்போல் சோர்வான முகபாவத்துடன் ஊரைச் சுற்றிவந்துகொண்டிருந்தான். உலகமே இரண்டாகப் பிளந்தாலும்கூட, 'ஓ, அப்படியா?' என்று லேசாகப் புருவம் உயர்த்திவிட்டு, விலகிச் சென்றுவிடுவான் அவன்.

பள்ளிப் பாடங்களிலும், வில்லியம்ஸுக்குக் கொஞ்சம்கூட ஆர்வம் இல்லை. காரணம், ஒரு வருடத்துக்குரிய பாடங்கள் எல்லாவற்றையும், அவன் சில வாரங்களுக்குள் படித்து முடித்துவிடுவான்.

அதற்காக, பள்ளிக்குப் போகாமல் இருக்கமுடியுமா? ஏதோ கடமைக்கு அவ்வப்போது பள்ளியில் தலைகாட்டுவான், வகுப்புகளுக்குச் செல்ல மனம் இல்லாமல் நண்பர்களோடு எங்காவது சுற்றிக்கொண்டிருப்பான்.

வில்லியம்ஸின் நண்பர்களும், அவனைப்போலவே 'விநோத'ப் பிறவிகள்தான். அவர்களுடைய வயதுக்கும், அவர்கள் படிக்கிற புத்தகங்கள், பேசிக்கொள்கிற விஷயங்களுக்கும் சம்பந்தமே இருக்காது.

முக்கியமாக, வில்லியம்ஸின் உயிர் நண்பன் பெயர், பால் ஆலென். இவர்கள் இருவருக்குமே, அறிவியல் துறையில் ஆர்வம் அதிகம் என்பதால், இந்த இயந்திரத்தை எப்படித் தயாரித்தார்கள், அந்தக் கருவி எப்படி இயங்குகிறது என்றெல்லாம் ஒருவருக்கு ஒருவர் கேள்வி கேட்டு விடை தேடிக்கொண்டிருப்பார்கள்.

வில்லியம்ஸ், பால் இருவரின் அறிவுப் பசிக்கு, அந்தப் பள்ளியில் இருக்கும் ஆசிரியர்களால் தீனி போட முடியவில்லை. இவர்கள் கேட்கும் பெரும்பாலான கேள்விகளுக்கு, அவர்களுக்குச் சுத்தமாகப் பதில் தெரியவில்லை. ஆகவே, தூரத்தில் இந்தப் பையன்கள் தென்பட்டாலே, ஆசிரியர்கள் தலைதெறிக்க ஓடத் தொடங்கினார்கள்.

இப்படி ஆசிரியர்களும் அவனைக் கைவிட்டபிறகு, வில்லியம்ஸால் என்ன செய்யமுடியும்? 'உலகே மாயம், வாழ்வே மாயம்' என்று பாடாதகுறையாக எங்கோ வெறித்துப் பார்த்தபடி திரிந்துகொண்டிருந்தான் அவன்.

அப்போதுதான், அவனுடைய பள்ளியில் ஏதோ பெரிய பெட்டிகள் வந்து இறங்கின. அவற்றை ஒரு தனி அறையில் பத்திரமாகப் பாதுகாத்து வைத்தார்கள்.

வில்லியம்ஸுக்குப் புதிதாக எதைப் பார்த்தாலும் ஆர்வம் துளிர்த்துவிடும், 'என்ன இது?' என்று ஆவலோடு விசாரித்தான்.

'கம்ப்யூட்டர்' என்று பதில் வந்தது.

வில்லியம்ஸ் ஆச்சர்யமாக வாயைப் பிளந்தான், 'கம்ப்யூட்டரா? நம் பள்ளியிலா?'

'கணினி' என்று செல்லமாக அழைக்கப்படும் கம்ப்யூட்டர்கள், இந்தக் காலத்தில் எல்லா இடங்களிலும் நுழைந்துவிட்டன. ஆனால் அப்போது, மிகப் பெரிய அலுவலகங்கள், ஆராய்ச்சி சாலைகளில்மட்டும்தான் கம்ப்யூட்டர்களைப் பயன்படுத்தினார்கள்.

அந்நாளைய கம்ப்யூட்டர்கள் ஒவ்வொன்றும், பீமன், கடோத்கஜன் சைஸுக்கு பிரம்மாண்டமாக உயர்ந்து நிற்கும், அதற்கேற்ப, யானை விலை, டைனோசர் விலைதான்!

புத்திசாலிப் பையனான வில்லியம்ஸுக்கு, கணினிகளைப்பற்றி ஏற்கெனவே தெரிந்திருந்தது. ஆனால், இப்படிக் கண்ணெதிரே, தன்னுடைய பள்ளியிலேயே கம்ப்யூட்டர் வசதி வரும் என்று அவன் கனவில்கூட நினைத்திருக்கவில்லை.

'இந்தக் கம்ப்யூட்டரை நான் ஒருமுறை தொட்டுப் பார்க்கலாமா?' ஆசையாகக் கேட்டான் வில்லியம்ஸ்.

'ஓ, தாராளமாக' என்றார் அவனுடைய ஆசிரியர், 'உன்னைமாதிரி மாணவர்களுக்குப் பயன்படவேண்டும் என்பதற்காகத்தான் இதை வாங்கியிருக்கிறோம்.'

கம்ப்யூட்டரை ஆர்வத்தோடு தொட்டுப்பார்த்த வில்லியம்ஸுக்கு, அடுத்தடுத்த கேள்விகள் வரிசையாக எழுந்தன, 'இந்தக் கம்ப்யூட்டரை எப்படி இயக்குவது? இதில் ப்ரொக்ராம் எழுதுவது எப்படி? எனக்குச் சொல்லித்தருவீங்களா சார்?'

'அதெல்லாம் எனக்குத் தெரியாதுப்பா' என்றார் அந்த ஆசிரியர், 'முடிஞ்சா, நீயே கத்துக்கோ, நீதான் புத்திசாலிப் பையனாச்சே!'

இப்படிச் சொல்லிவிட்டு, அவர் பரபரவென்று ஓடி மறைந்துவிட்டார். அதற்குமேலும் அங்கேயே நின்றால், வில்லியம்ஸ் புதுசாக ஏதேனும் கேள்வி கேட்டுவிடுவானோ என்று அவருக்குப் பயம்.

அடுத்த சில நாள்கள், வில்லியம்ஸும் பால் ஆலெனும் அந்தப் புதுக் கம்ப்யூட்டரைவிட்டு அங்கே, இங்கே நகரவில்லை. ராத்திரி பகலாக அந்த அறையிலேயே தவம் கிடந்தவர்கள், கம்ப்யூட்டருடன் வந்திருந்த கையேடுகள், உதவிக் குறிப்புகளைப் படித்துப் பார்த்து, அதனை எப்படிப் பயன்படுத்துவது என்று கொஞ்சம் கொஞ்சமாகப் பழகிக்கொண்டார்கள்.

அதுவரை எந்த விஷயத்திலும் தொடர்ச்சியான ஆர்வம் இல்லாமல் திரிந்துகொண்டிருந்த சிறுவன் வில்லியம்ஸின் வாழ்க்கையில், அந்தக் கம்ப்யூட்டர் காதல் ஒரு புதிய அத்தியாயமாக அமைந்தது. முதல்முறை கம்ப்யூட்டரைப் பார்த்தபோது மயங்கி விழுந்தவன், அதன்பிறகு அந்த மாய வலையிலிருந்து மீளவே இல்லை.

பள்ளிக் கணினியில் முதன்முதலாக ப்ரொக்ராம் எழுதிப் பழகிய அந்தச் சிறுவன் வில்லியம்ஸை நமக்கு நன்றாகத் தெரியும்: மைக்ரோசாஃப்ட் நிறுவனத்தைத் தோற்றுவித்து, கம்ப்யூட்டர் சாஃப்ட்வேர் துறையில் ஒரு புரட்சியைக் கொண்டுவந்தவர். கிட்டத்தட்ட பதினைந்து ஆண்டுகளாக 'உலகின் டாப் பணக்காரர்' அந்தஸ்தில் அமர்ந்திருந்த பில் கேட்ஸ்!

நம்முடைய இலக்கு எது, பாதை எது என்று தெரியும்வரை, வாழ்க்கைப் பயணம் போரடிப்பதுபோல்தான் தோன்றும். ஆனால், பில் கேட்ஸுக்குக் கம்ப்யூட்டர்போல், நமது வாழ்க்கையைப் புரட்டிப்போடப்போகும் அந்தத் திருப்புமுனை, எப்போது, எப்படி எதிர்ப்படுமோ தெரியாது, அந்த நேரத்தில் அதைச் சரியாக அடையாளம் கண்டு பயன்படுத்திக்கொள்வது, நம்முடைய சமர்த்து!

14. யுரேகா! யுரேகா!!

மன்னர் ஹைரோன் தெய்வத்தின்முன் மிகுந்த பணிவோடு நின்றுகொண்டிருந்தார்.

எப்பேர்ப்பட்ட அரசர்! போர்க்களத்தில் அவரைப் பார்த்தாலே எதிரிகள் பயந்து நடுங்குவார்கள், அப்படி ஒரு வீரம், தைரியம், ஆக்ரோஷம்!

ஆனால், கோயிலுக்குள் நுழைந்துவிட்டால்மட்டும், அரசருடைய சுபாவம் தலைகீழாக மாறிவிடும். பக்தியோடு வணங்குவார், 'நான் சம்பாதித்த எல்லா வெற்றிகளும் இந்தக் கடவுள் கொடுத்ததுதான்' என்று தன்னடக்கத்துடன் சொல்வார்.

கடவுள் கொடுத்தது சரி, பதிலுக்கு ஹைரோன் அந்தக் கடவுளுக்கு என்ன செய்யப்போகிறார்?

இதுபற்றி ஹைரோன் தனது மந்திரிகளுடன் கலந்து பேசினார். அவர்கள் ஒரே குரலில் சொன்னார்கள், 'அரசே, உங்களைச் சக்கரவர்த்தியாக முடி சூட்டிய கடவுளுக்கு, நீங்களும் சுத்தத் தங்கத்தில் ஒரு கிரீடம் செய்து சூட்டினால் மிகவும் பொருத்தமாக இருக்கும்.'

'அற்புதமான யோசனை' என்றார் ஹைரோன், 'உடனடியாக அதற்கு ஏற்பாடு செய்யுங்கள்.

மறுநாள், ஹைரோனின் சபைக்கு ஒரு நகைக் கலைஞர் வந்தார். அரசரை மரியாதையுடன் வணங்கி நின்றார்.

அவரை எடை போடுவதுபோல் மேலும் கீழும் பார்த்தார் அரசர், 'நம்முடைய கடவுளுக்குச் சுத்தத் தங்கத்தில் ஒரு கிரீடம் செய்யவேண்டும்' என்றார்.

'அற்புதமாகச் செய்துவிடலாம் மன்னா' என்றார் நகைக் கலைஞர்.

'உனக்கு எவ்வளவு தங்கம் தேவையோ அதை கஜானாவில் வாங்கிக்கொள்' என்றார் அரசர்.

சில நாள் கழித்து, அந்த நகைக் கலைஞர் அதே சபைக்கு மீண்டும் வந்தார், அவர் கையில் ஓர் அற்புதமான தங்கக் கிரீடம் தகதகத்தது.

அதைப் பார்த்த எல்லோரும் ஆச்சர்யப்பட்டுப் போனார்கள், 'இத்தனை பிரமாதமாக ஒரு கிரீடமா!' என்று மூக்கில் விரல் வைத்தார்கள்.

அரசர் ஹைரோனுக்கும் கிரீடத்தின் வடிவமைப்பில் பரம திருப்தி. அதனைக் கடவுளுக்குச் சூட்டி வழிபடுவதற்கு ஒரு நல்ல நாள் குறித்தார்.

அதற்குள், ஊரில் ஒரு வதந்தி, 'விஷயம் தெரியுமா? அரசர் செய்த கிரீடம் சுத்தமான தங்கம் இல்லை, பொற்கொல்லன் தங்கத்துடன் வெள்ளியைக் கலந்து ஏமாற்றிவிட்டான்' என்று மக்கள் பேசிக்கொண்டார்கள்.

அரசர் அதிர்ந்துபோனார், உடனடியாக அந்தப் பொற்கொல்லனை வரவழைத்து விசாரித்தார், 'என்னப்பா, நீ கிரீடத்தில் ஏதோ கலப்படம் செய்ததாகச் சொல்கிறார்களே'

'இல்லவே இல்லை அரசே' என்றான் அவன், 'கடவுள் விஷயத்தில் நான் தப்பு செய்வேனா?'

ஹைரோனுக்கும் அதே குழப்பம்தான். கடவுளுக்குத் தூய்மையான தங்கத்தில்தான் நகை சூட்டவேண்டும், அதில் அசுத்தம் கலந்துவிட்டால் தெய்வ குற்றமாகிவிடும்.

ஆனால், இந்த பொற்கொல்லனின் வார்த்தைகளை நம்பலாமா? நிஜமாகவே இவன் தங்கத்தில் வெள்ளியைக் கலப்படம் செய்திருக்கிறானா, இல்லையா? அதை எப்படிக் கண்டுபிடிப்பது?

'அரசே, கிரீடத்தை எடை போட்டுப் பார்த்தால் உண்மை தெரிந்துவிடாதா?' அமைச்சர் ஒருவர் கேட்டார்.

'எடையெல்லாம் சரியாகத்தான் இருக்கிறது' என்றார் அரசர், 'அது மொத்தமும் தங்கமா, வெள்ளியா என்பதில்தான் குழப்பம்.'

'அப்படியென்றால், கிரீடத்தை உருக்கிப்பார்த்துவிடலாம்' என்றார் இன்னொருவர்.

அரசருக்குக் கோபம் வந்துவிட்டது, 'தெய்வத்துக்குச் செய்த கிரீடத்தை உருக்குவது தவறு' என்று சீறினார், 'கிரீடத்தைச் சிதைக்காமல், அதில் வெள்ளி கலந்திருக்கிறதா என்று கண்டுபிடிக்கவேண்டும், இது யாரால் முடியும்?'

யோசித்தபோது, அவருக்கு ஒரே ஒரு மனிதர்தான் நினைவில் தோன்றினார்: ஆர்க்கிமிடிஸ்.

அந்தக் காலத்தில் வாழ்ந்த இணையற்ற அறிவியல் நிபுணர் ஆர்க்கிமிடிஸ். அதிபுத்திசாலி, சிறந்த சிந்தனையாளர், அரசாங்கத்துக்கும் பொதுமக்களுக்கும் பயன் தரக்கூடிய பல புதுமையான கண்டுபிடிப்புகளுக்குச் சொந்தக்காரர்.

'இந்தக் கிரீடப் பிரச்னையைத் தீர்ப்பதற்கு ஆர்க்கிமிடிஸ்தான் சரியான ஆள்' என்று நினைத்த அரசர், உடனடியாக ஆர்க்கிமிடிஸைத் தன்னுடைய சபைக்கு வரவழைத்தார். பிரச்னையை விளக்கிச் சொன்னார்.

'இப்போது இந்தக் கிரீட்த்தை உருக்கக்கூடாது, சிதைக்கக்கூடாது. ஆனால் இதில் வெள்ளி கலந்திருக்கிறதா, இல்லையா என்று கண்டுபிடிக்கவேண்டும், உங்களால் முடியுமா?'

'முயற்சி செய்கிறேன் அரசே' என்றார் ஆர்க்கிமிடிஸ்.

வீடு செல்லும் வழியெல்லாம் அவருக்கு ஒரே யோசனை, கிரீட்த்தை உருக்காமல் அதில் உள்ளது தங்கமா, வெள்ளியா என்று எப்படிக் கண்டுபிடிப்பது? எவ்வளவுதான் யோசித்தும் இந்தப் புதிருக்கு விடை கிடைக்கவில்லை.

ஆர்க்கிமிடிஸ் இப்படி நீண்ட சிந்தனையில் உள்ளபோது, நேராகக் குளியல் அறைக்குச் சென்றுவிடுவார். அங்கே உள்ள தண்ணீர்த் தொட்டியில் படுத்தபடி நெடுநேரம் யோசித்துக்கொண்டிருப்பார். அப்போதுதான் அவருக்குப் பலப்பல புது விஷயங்கள் தோன்றும்.

இன்றைக்கும் அப்படித்தான், குளியல் அறைக்குள் நுழைந்தார் ஆர்க்கிமிடிஸ். உடைகளை அவிழ்த்துவிட்டுக் குளிக்கத் தயாரானார்.

அப்போது, தண்ணீர்த் தொட்டியின் விளிம்புவரை நீர் நிரம்பியிருந்தது. அதில் ஆர்க்கிமிட்ஸ் காலை நுழைத்து உள்ளே இறங்கியதும், கொஞ்சம் தண்ணீர் வழிந்தது. அப்படியே மடிந்து உட்கார்ந்ததும், நிறைய தண்ணீர் வழிந்தது.

அவ்வளவுதான், ஆர்க்கிமிடிஸுக்குள் சட்டென்று ஒரு வெளிச்சம், 'யுரேகா' என்று கத்தியபடி தண்ணீர்த் தொட்டியிலிருந்து வெளியே குதித்தார்.

கிரேக்க மொழியில், 'யுரேகா' என்றால், 'நான் கண்டுபிடித்துவிட்டேன்' என்று அர்த்தம், அதை உரக்கச் சொன்னபடி, அவசரமாக வெளியே ஓடினார் ஆர்க்கிமிடிஸ்.

அப்போது ஆர்க்கிமிடிஸ் உடம்பில் பொட்டுத் துணி இல்லை, அதைப்பற்றிக் கவலைப்படாமல் 'யுரேகா, யுரேகா' என்று கூச்சலிட்டவாறு அரண்மனையை நோக்கி நிர்வாணமாக ஓடினார் அவர்.

வழியில் ஆர்க்கிமிடிஸைப் பார்த்தவர்கள் அதிர்ந்துபோனார்கள், சிலர் 'ஷேம் ஷேம், பப்பி ஷேம்' என்று தலையில் அடித்துக்கொண்டார்கள். மற்றவர்கள், 'ஐயோ, ஆர்க்கிமிடிஸுக்கு ஏதோ ஆகிவிட்டது' என்று உச்சுக்கொட்டினார்கள்.

கடைசியில், சில நண்பர்கள் ஆர்க்கிமிடிஸை நிறுத்தி அவருக்கு உடைகளை அணிவித்தார்கள், 'ஏன் இப்படி நிர்வாணமாக ஓடுகிறீர்கள்?' என்று விசாரித்தார்கள்.

'யுரேகா' என்றார் ஆர்க்கிமிடிஸ், 'அரசர் சொன்ன புதிருக்கு நான் விடை கண்டுபிடித்துவிட்டேன், நான் உடனடியாக அரசரைப் பார்க்கவேண்டும்'

குளிக்கப் போன இடத்தில், அப்படி என்னதான் கண்டுபிடித்தார் ஆர்க்கிமிடிஸ்?

தண்ணீர்த் தொட்டிக்குள் ஆர்க்கிமிடிஸ் இறங்கியபோது, நிறைய நீர் வழிந்தது, இல்லையா? இதே தொட்டியில் ஓர் ஒல்லிப்பிச்சி மனிதர் இறங்கியிருந்தால், அதைவிடக் குறைவான அளவு நீர்தான் வழிந்திருக்கும்.

அதாவது, தண்ணீரில் ஒரு மனிதரை, அல்லது பொருளைப் போட்டால், அந்த எடைக்குச் சமமான அளவு நீர் வழியும், வெளியேறும். 'இந்த விஷயத்தை வைத்து, கிரீடத்தில் தில்லுமுல்லு நடந்திருக்கிறதா இல்லையா என்று கண்டுபிடித்துவிடலாம்' என்றார் ஆர்க்கிமிடிஸ்.

உடனடியாக, பொற்கொல்லர் செய்த கிரீடம் அங்கே கொண்டுவரப்பட்டது. அதே எடைக்குச் சுத்தத் தங்கக் கட்டிகளையும் கொண்டுவரும்படி கேட்டுக்கொண்டார் ஆர்க்கிமிடிஸ்.

இப்போது, ஆர்க்கிமிடிஸ் தங்கக் கட்டிகளைத் தண்ணீரில் போட்டார், எவ்வளவு நீர் வழிகிறது என்பதைக் குறித்துக்கொண்டார்.

அடுத்து, தங்க(?)க் கிரீடம் தண்ணீரில் போடப்பட்டது, இப்போது வழியும் நீர் எவ்வளவு என்று கவனமாகப் பார்த்தார் ஆர்க்கிமிடிஸ்.

உண்மையாகவே பொற்கொல்லன் சுத்தத் தங்கத்தில் கிரீடம் செய்திருந்தால் என்ன ஆகும்? ஆர்க்கிமிடிஸ் தங்கக் கட்டிகளை உள்ளே போட்டபோது எவ்வளவு தண்ணீர் வெளியேறியதோ, அதே அளவு தண்ணீர்தான் கிரீடத்தைப் போட்டபோதும் வழியவேண்டும்.

ஆனால் உண்மையில், அப்படி நடக்கவில்லை. கிரீடத்தைத் தண்ணீரில் போட்டபோது, முன்பைவிட அதிக அளவு தண்ணீர் வழிந்து ஓடியது.

இதன் அர்த்தம், கிரீடத்தில் தங்கம்மட்டும் இல்லை. வேறு ஏதோ ஓர் உலோகம் கலப்படம் செய்யப்பட்டிருக்கிறது.

ஆர்க்கிமிடிஸ் இதை விளக்கிச் சொன்னதும், அரசர் அசந்துபோனார், பொற்கொல்லனைச் சிறையில் போட்டுவிட்டு, ஆர்க்கிமிடிஸ–க்குப் பரிசுகள், பாராட்டுகளை அள்ளி வழங்கினார்.

தண்ணீர்த் தொட்டியில் ஆர்க்கிமிடிஸ் கண்டறிந்த இந்த அறிவியல் உண்மை, இன்றைக்கும் 'ஆர்க்கிமிடிஸ் தத்துவம்' என்கிற பெயரில் உலகமெங்கும் வாசிக்கப்படுகிறது, பயன்படுத்தப்படுகிறது.

அழுக்குச் சிப்பிக்குள் அற்புதமான முத்து மலர்வதுபோல், சில சமயங்களில் குளியல் அறை போன்ற விநோதமான இடங்களிலும் சில நல்ல யோசனைகள் தோன்றும். அவற்றைத் தவறவிடாதீர்கள், 'யுரேகா' சொல்லி உங்களுக்குள் பதித்துவைத்துக்கொள்ளுங்கள், பயன்படுத்துங்கள்!

யார் கண்டது, அந்த ஒற்றை யோசனை உங்களுடைய வாழ்க்கையையே மாற்றிவிடலாம்!

15. நிம்மதி நம் சாய்ஸ்

'அப்பா.'

மகனின் குரல் கேட்டுத் திரும்பிப் பார்த்தார் பகவான் சந்திர போஸ், 'வாப்பா ஜெகதீஷ், என்ன விஷயம்?'

'என்னோட மேற்படிப்பு விஷயமா உங்ககிட்டே கொஞ்சம் பேசணும்ப்பா' என்றார் ஜெகதீஷ்.

பகவான் சந்திர போஸ் நிமிர்ந்து உட்கார்ந்தார். அவர் மகன் ஜெகதீஷ் சுறுசுறுப்பான பையன், கடின உழைப்பாளி, படிப்பில் ஆர்வம் அதிகம். அவனுடைய எதிர்காலத்தைப்பற்றி அவர் ஏகப்பட்ட கனவுகளை வளர்த்துக்கொண்டிருந்தார்.

ஜெகதீஷ் வயதுள்ள மற்ற பிள்ளைகளெல்லாம், பொறுப்பில்லாமல் விளையாட்டுப்போக்கில் திரிந்துகொண்டிருக்கிறார்கள். ஆனால் இவன், தானே முன்வந்து படிப்பைப்பற்றிப் பேச ஆரம்பித்திருக்கிறான். நல்ல விஷயம்தானே?

'சொல்லு ஜெகதீஷ், நீ என்ன படிக்கணும்ன்னு ஆசைப்படறே?' ஆர்வத்துடன் கேட்டார் பகவான் சந்திர போஸ்.

'நான் ஐ.சி.எஸ். படிக்க விரும்பறேன்ப்பா' என்றார் ஜெகதீஷ், 'ஆனா அதுக்கு லண்டன் போய்ப் படிக்கணும், ரொம்ப செலவாகும்.'

'செலவு கிடக்கட்டும் ஜெகதீஷ், ஐ.சி.எஸ். படிச்சுட்டு நீ என்ன செய்யப்போறே?'

இந்தக் கேள்விக்கு ஜெகதீஷிடம் பதில் இல்லை. குழப்பமாக அப்பாவை நிமிர்ந்து பார்த்தார்.

ஐ.சி.எஸ். என்பது, இந்தக் கால ஐ.ஏ.எஸ். படிப்பைப்போன்றது. ஐ.சி.எஸ். படித்துவிட்டுத் திரும்புகிறவர்கள் இங்கே பல்வேறு அரசாங்க நிர்வாக வேலைகளில் சேர்ந்து பணியாற்றுவார்கள்.

இந்த விஷயம், ஜெகதீஷ்-க்கும் தெரியும், அவருடைய அப்பாவுக்கும் நன்றாகவே தெரியும். ஆனாலும், இப்படித் தெரியாததுபோல் கேட்கிறாரே, ஏன்? ஜெகதீஷ்-க்குக் குழப்பம்.

'சொல்லு ஜெகதீஷ், நீ ஏன் ஐ.சி.எஸ். படிக்கணும்ன்னு நினைக்கறே?' விடாமல் விசாரித்தார் பகவான் சந்திர போஸ், 'அவ்ளோ தூரம் போய்ப் படிச்சுட்டுத் திரும்பி வந்து நீ என்ன செய்வே? நம்மை அடிமைப்படுத்தியிருக்கிற இந்த வெள்ளைக்காரங்களுக்குச் சேவை செய்யப்போறியா? அதுதான் உன்னோட ஆசையா?'

அவமானத்துடன் தலைகுனிந்தார் ஜெகதீஷ். அப்பாவின் வார்த்தைகளில் இருக்கும் நியாயம் அவர் நெஞ்சைச் சுட்டது.

'ஜெகதீஷ், உன்னோட விருப்பத்தைக் கெடுக்கணும்ன்னு நான் எப்பவும் நினைக்கமாட்டேன்' என்றார் பகவான் சந்திர போஸ், 'ஆனா, நீ ஐ.சி.எஸ். படிச்சு ஒரு பெரிய அதிகாரியா வர்றதைவிட, நம்ம நாட்டு மக்களுக்குப் பயன்படறமாதிரி ஏதாவது படிக்கணும், உன்னால நம்ம ஜனங்க நாலு பேர் சந்தோஷப்படணும், அதுதான் என்னோட ஆசை.'

'சரிப்பா' சம்மதமாகத் தலையசைத்தார் ஜெகதீஷ், 'நீங்க சொன்னா சரியாதான் இருக்கும், நான் உங்க விருப்பம்போல

வேற ஏதாவது படிப்பிலே சேர்ந்துக்கறேன்.'

அப்பா தன்னுடைய ஐ.சி.எஸ். கனவைச் சிதைத்துவிட்டாரே என்று ஜெகதீஷ் கோபப்படவில்லை. அவருடைய உணர்வுகளுக்கு மரியாதை கொடுத்துத் தனது திட்டங்களை மாற்றிக்கொண்டார்.

ஐ.சி.எஸ். படிப்புதான் இல்லை என்றாகிவிட்டது. வேறு என்ன படிக்கலாம்?

ரொம்ப யோசித்தபிறகு, ஜெகதீஷ் ஒரு முடிவுக்கு வந்தார், 'நான் டாக்டராகப்போகிறேன்!'

தன் மகன் மருத்துவக் கல்லூரியில் சேர்வது பகவான் சந்திர போஸுக்கும் சந்தோஷம்தான். அவன் படித்துப் பெரிய டாக்டராகி, பண ஆசை இல்லாமல் ஏழை, எளிய மக்களுக்குச் சேவை செய்யவேண்டும் என்று அறிவுரை சொல்லி ஜெகதீஷைக் கல்லூரிக்கு அனுப்பிவைத்தார்.

இங்கிலாந்து சென்ற ஜெகதீஷ், லண்டன் பல்கலைக்கழகத்தில் மருத்துவம் படிக்கச் சேர்ந்தார். புதிய தேசம், புதிய சூழ்நிலை, வகுப்புகள், பாடங்கள் எல்லாமே அவருக்கு மிகவும் பிடித்திருந்தது.

சின்ன வயதிலிருந்தே ஜெகதீஷுக்குக் கேள்வி கேட்கும் ஆர்வம் அதிகம். ஆரம்பத்தில் தன்னுடைய பெற்றோர், உறவினர்களைத் தொல்லைப்படுத்திக்கொண்டிருந்தவர், பிறகு ஆசிரியர்களைச் சந்தேகம் கேட்டுத் துளைக்க ஆரம்பித்தார். எந்த ஒரு விஷயத்தையும் முழுமையாகக் கேட்டு, படித்துத் தெளிவாகத் தெரிந்துகொள்ளும்வரை அவருக்குத் திருப்தியே ஏற்படாது.

இதனால், பள்ளிப் பாடங்களையும் புத்தகங்களையும் அவர் ஒரு சுமையாகவே நினைக்கவில்லை. படிக்கும் ஆர்வம் அவருக்கு இயல்பாகவே அமைந்திருந்தது.

சீக்கிரத்திலேயே, அந்த மருத்துவக் கல்லூரிப் பேராசிரியர்கள் எல்லோருக்கும் ஜெகதீஷைப் பிடித்துப்போய்விட்டது. அவர்

கேட்கும் புத்திசாலித்தனமான கேள்விகள், சொல்லித்தரும் விஷயங்களைச் சட்டென்று புரிந்துகொள்ளும் கற்பூர புத்தி எல்லாவற்றையும் அவர்கள் மனதாரப் பாராட்டினார்கள்.

அன்றைக்கு அவர்கள் கல்லூரியில் 'அனாடமி' வகுப்பு. இறந்து போன மனித உடல்களை அறுத்துப் பார்த்து, உள்ளே இருக்கிற பல்வேறு உறுப்புகளைப் புரிந்துகொள்ளும் 'ப்ராக்டிகல்' பாடம் அது.

அனாடமி வகுப்பில், மருத்துவக் கல்லூரி மாணவர்களின் பயிற்சிக்காக, இறந்த உடல்களை ரசாயனக் கலவையில் போட்டுப் பாதுகாத்து வைத்திருப்பார்கள். இதனால், அந்த அறைக்குள் நுழைந்தாலே 'குப்'பென்று நாற்றம் மூக்கைத் துளைக்கும்.

பல மாணவர்களால், இந்த நாற்றத்தைப் பொறுத்துக்கொள்ள முடியாது. அப்படியே சகித்துக்கொண்டு உள்ளே வருகிறவர்கள்கூட, மனித உடல் அறுக்கப்படுகிற காட்சியைப் பார்த்துப் பயந்துபோவார்கள், சிலர் மயக்கம் போட்டு விழுந்துவிடுவதும்கூட உண்டு.

அன்றைக்குத்தான், ஜெகதீஷ் முதன்முறையாக அனாடமி வகுப்புக்குள் நுழைகிறார். ரசாயனக் கலவைகளின் விநோதமான காக்டெயில் மணம் அவருடைய நாசியைத் தாக்க ஆரம்பித்தது.

சில நிமிடங்களுக்குப்பிறகு, அவருக்குத் தலை சுற்ற ஆரம்பித்துவிட்டது, உடம்பெல்லாம் தகித்தது, அப்படியே மூக்கைப் பொத்திக்கொண்டு உட்கார்ந்துவிட்டார்.

'ஜெகதீஷ், உனக்கு என்னாச்சு?' பதறியபடி சக மாணவர்களும் ஆசிரியர்களும் ஓடிவந்தார்கள்.

'ஓ-ஒண்ணுமில்லை' என்று சமாளிக்க முயன்றார் ஜெகதீஷ். ஆனால், அவருடைய முகத்தில் வேதனை தெளிவாகத் தெரிந்தது.

யாரோ ஜெகதீஷின் கழுத்தைத் தொட்டுப் பார்த்துவிட்டு, 'அச்சச்சோ, ரொம்ப ஜூரம் அடிக்குது' என்றார்கள், 'இவரை உடனடியா ரூம்க்கு அழைச்சுக்கிட்டுப் போங்க, கொஞ்சம் ரெஸ்ட் எடுக்கட்டும்.'

அன்று முழுவதும் ஜெகதீஷுக்குப் பயங்கர காய்ச்சல். இரண்டு நாள் கழித்துதான் அவருடைய உடல்நிலை ஓரளவு தேறியது, வழக்கம்போல் தனது வகுப்புகளுக்குச் செல்ல ஆரம்பித்தார்.

ஒரு வாரம் கழித்து, மீண்டும் அனாடமி வகுப்பு. லேசான பயத்துடன் உள்ளே நுழைந்தார் ஜெகதீஷ்.

மீண்டும் அதே வாசனை. சில நிமிடங்களில் தளர்ந்துபோய்க் கீழே விழுந்துவிட்டார்.

மறுபடியும், அவரை அறைக்குக் கொண்டுவந்தார்கள். அதே ஜூரம். எழுந்திருக்கக்கூட முடியாமல் சோர்ந்துபோய்க் கிடந்தார் ஜெகதீஷ்.

அவரைப் பரிசோதித்த டாக்டர், வருத்தத்துடன் உதட்டைப் பிதுக்கினார், 'ஜெகதீஷ், உங்களுக்கு அந்த ரசாயனக் கலவைகளோட ஸ்மெல் ஒத்துக்கலை, இனிமே நீங்க அந்தப் பக்கமே போகாம தவிர்க்கறதுதான் நல்லது.'

அனாடமி படிக்காவிட்டால் எப்படி டாக்டர் ஆவது? வேறு வழியில்லாமல், ஜெகதீஷ் மருத்துவக் கல்லூரியிலிருந்து விலகவேண்டியிருந்தது.

ஆக, ஜெகதீஷின் முதல் சாய்ஸும் அவருக்குக் கிடைக்கவில்லை, இரண்டாவது சாய்ஸும் உடல்நிலை காரணமாகப் பறிக்கப்பட்டுவிட்டது.

கடைசியாக, ஜெகதீஷ் ஓர் அறிவியல் கல்லூரியில் சேர்ந்தார். அங்கேதான், அவருடைய திறமைக்கும் ஆர்வத்துக்கும் முழுமையான தீனி கிடைத்தது.

இயற்பியல், உயிரியல், தாவரவியல் என்று பல்வேறு அறிவியல்

பிரிவுகளை நிறையவும், நிறைவாகவும் படித்த ஜெகதீஷ், இந்தியா திரும்பினார், ஆசிரியராகப் பணியாற்றினார், ஓய்வு நேரத்தில் பல்வேறு ஆராய்ச்சிகளில் ஈடுபட்டுப் புதுப்புது விஷயங்களைக் கண்டறிந்து புகழ் பெற்றார். அவருடைய பலதுறை ஆய்வுகள், கண்டுபிடிப்புகள் ஜெகதீஷுக்கு சர்வதேசப் புகழைத் தேடித் தந்தன.

ஒருவேளை, ஜெகதீஷ் தனது விருப்பம்போல் ஐ.சி.எஸ்.ஸோ, மருத்துவமோ படித்திருந்தால், ஒரு நல்ல அதிகாரியாக, அல்லது ராசியான டாக்டராகமட்டும் பெயர் வாங்கியிருக்கலாம். ஆனால் இப்போது, ஜெகதீஷ் சந்திர போஸ் என்றால் ஒட்டுமொத்த உலகத்துக்கும் தெரியும். இந்தியாவின் நவீன அறிவியல் அடையாளங்களில் ஒருவராகக் கௌரவிக்கப்படுகிறவர் அவர்!

சில சமயங்களில், நமது முதல் சாய்ஸ், இரண்டாவது சாய்ஸ்கள் ஒத்துவருவதில்லை, நாம் விரும்பியது கிடைக்காததால், காலம் நமக்கு விதித்த மூன்றாவது சாய்ஸையோ, நான்காவது சாய்ஸையோ ஏற்றுக்கொள்கிறோம். ஆனால் அதில் முழுமையாக ஈடுபடாமல் வருத்தப்பட்டுப் பாரம் சுமக்கிறோம்.

அதற்குப் பதிலாக, அந்த அநாவசிய பாரத்தைத் தூக்கி எறிந்துவிட்டு, நமக்குக் கிடைத்ததை மனதார விரும்பத் தொடங்கிவிட்டால், அதில் முழு மனத்துடன் உள்ளிறங்கி உழைத்தால், அதன்பிறகு நிம்மதியே நம் சாய்ஸ்!

16. ஒரு 'மக்கு'ப் பயலின் கதை!

'ஆல்பர்ட்.'

அந்தச் சிறுவன் நடுக்கத்துடன் எழுந்து நின்றான். மெதுவாக ஆசிரியரை நோக்கி நடந்தான்.

ஆல்பர்டின் ஆசிரியர் அவனைக் கிண்டலாகப் பார்த்தார், 'இந்தப் பரீட்சையில உன்னோட மார்க் என்ன தெரியுமா?' என்றார்.

'தெரியாது சார்' என்று தலையாட்டினான் ஆல்பர்ட்.

'உனக்கு என்னதான் தெரியும்?' கோபமாக பேப்பரை அவன்மீது வீசினார் ஆசிரியர், 'இப்படி ஒவ்வொரு எக்ஸாம்லயும் மகாக் கேவலமா மார்க் வாங்கறியே, உனக்கு வெக்கமா இல்லை?'

ஆல்பர்ட் பதில் பேசவில்லை. அவமானமாகத் தலைகுனிந்து நின்றிருந்தான்.

வாத்தியாருக்கு இன்னும் கோபம் குறைந்திருக்கவில்லை, 'உன்னைமாதிரி மக்குப் பசங்களுக்குப் பாடம் சொல்லித்தரணும்ன்னு எனக்கென்ன தலையெழுத்தா?' என்று கத்தினார், 'நீயெல்லாம் வாழ்க்கையில எங்க

உருப்படப்போறே? படிக்கவேண்டிய வயசில இப்படி முட்டாளாத் திரிஞ்சிகிட்டிருந்தா, அப்புறம் காலத்துக்கும் நடுத்தெருவுலதான் நிக்கணும்'

ஆல்பர்டுக்குக் கண்ணில் அழுகை முட்டியது. இப்போது வகுப்பில் எல்லாப் பையன்களும் தன்னைத்தான் நக்கலாகப் பார்த்துக்கொண்டிருக்கிறார்கள் என்பதை உணர்ந்தபோது அவனை அவமானம் பிடுங்கித் தின்றது.

ம்யூனிக்கில் ஆல்பர்ட் படித்துக்கொண்டிருந்த அந்தப் பள்ளியின் பெயர், 'லுய்ட்போல்ட் ஜிம்னாஸியம்'. அங்குள்ள வாத்தியார்கள் எல்லோரும், மிக மிகக் கண்டிப்பானவர்கள், தங்களிடம் படிக்கும் மாணவர்களைச் சக்கையாகப் பிழிந்து சாறு எடுத்துக்கொண்டிருந்தார்கள்.

ஒன்பது வயதுப் பையனாக அந்தப் பள்ளியினுள் நுழைந்த ஆல்பர்ட், அப்படியே அதிர்ந்துபோய் நின்றுவிட்டான், 'இது என்ன ஸ்கூலா? இல்லை, மிலிட்டரி கேம்ப்பா?'

ராணுவம்கூடப் பரவாயில்லை, வீரர்கள் அவ்வப்போது சிரித்துப் பேசுவார்கள், ஜாலியாக நேரம் செலவிடுவார்கள். இந்தப் பள்ளியில் அதுவும் முடியாது, படிப்பு, படிப்பு, எந்நேரமும் படிப்புமட்டும்தான்.

அந்தப் படிப்பாவது உருப்படியாக இருக்கிறதா? எப்பப் பார் ஏதாவது ஒரு புத்தகத்தைத் திறந்துவைத்துக்கொண்டு மனப்பாடம் செய்யவேண்டும், ஒரு வரி, ஒரு வார்த்தை, கமா, முற்றுப்புள்ளிகூட மிச்சம் வைக்காமல் அப்படியே ஒப்புவிக்கவேண்டும், அத்தனையையும் பரீட்சை பேப்பரில் வாந்தியெடுக்கவேண்டும், இல்லாவிட்டால், வாத்தியாரின் கிண்டல், கேலி, அடி, உதை.

ஆல்பர்டுக்கு இதெல்லாம் சுத்தமாகப் பிடிக்கவில்லை. அவன் எதையும் உணர்ந்து படிக்கவேண்டும், சொந்தமாகச் சிந்தித்துப் பழகவேண்டும், புதிய விஷயங்களைக் கண்டுபிடிக்கவேண்டும் என்றெல்லாம் மிகவும் விரும்பினான்.

ஆனால், ஆல்பர்டின் ஆசிரியர்கள் இதை வேறுவிதமாகப் புரிந்துகொண்டார்கள், 'இந்தப் பையனுக்கு புத்தி போதாது, அதான் கண்டபடி பேசிக்கிட்டுத் திரியறான்' என்று தலையில் குட்டினார்கள், 'ஒழுங்கா பாடத்தை நெட்டுருப் போடு, இல்லாட்டி அடி பின்னிடுவோம்' என்று பயமுறுத்தினார்கள்.

இப்படி அர்த்தம் புரியாமல் பாடத்தை மொட்டை மனப்பாடம் செய்ய ஆல்பர்டுக்கு விருப்பம் இல்லை. ஆகவே, வகுப்பில் தன்னுடைய ஆசிரியர்களிடம் விதவிதமான சந்தேகங்களைக் கேட்க ஆரம்பித்தான் அவன்.

அந்தச் சிறிய வயதிலேயே, ஆல்பர்ட் கேட்ட கேள்விகளெல்லாம் மிகவும் ஆழம் பொதிந்தவையாக இருந்தன. ஆசிரியர்கள் அவனுக்குப் பதில் சொல்லமுடியாமல் திணறினார்கள்.

நியாயப்படி பார்த்தால், அவர்கள் ஆல்பர்டைப் பாராட்டியிருக்கவேண்டும், 'என் வகுப்பில் இப்படி ஒரு புத்திசாலிப் பையனா!' என்று அவனை நினைத்துப் பெருமைப்பட்டிருக்கவேண்டும், 'ரொம்ப நல்லாச் சிந்திச்சுக் கேள்வி கேட்கறே, வெரி குட்' என்று கன்னத்தில் தட்டிக்கொடுத்து உண்மையைச் சொல்லியிருக்கவேண்டும், 'இந்தக் கேள்விக்கெல்லாம் எனக்குப் பதில் தெரியலை, நான் விசாரிச்சுச் சொல்றேன், இல்லாட்டி ஏதாவது ஒரு புக்ல படிச்சுப்பார்த்து விளக்கறேன், கொஞ்சம் வெயிட் பண்ணு, சரியா?'

ஆனால், ஆல்பர்டின் ஆசிரியர்கள் அப்படிச் செய்யவில்லை. அவன் ஒவ்வொரு கேள்வியையும் கேட்கக் கேட்க, அவர்களுக்குக் கோபம்தான் வந்தது, 'அதிகப்பிரசங்கித்தனமாப் பேசாதே, ஒழுங்கா மூலையில உட்காரு' என்று அவனை அதட்டினார்கள்.

ஆல்பர்ட் நொந்துபோனான். பையன்கள் புத்தகத்தில் இருப்பதை அப்படியே மனப்பாடம் செய்து ஒப்பிப்பதற்கு இந்த ஆசிரியர்களெல்லாம் எதற்கு? புரியாததை விளக்கிச் சொல்லித்தந்தால்தானே எல்லாவற்றையும் நன்றாகக்

கற்றுக்கொள்ள முடியும்? தன்னுடைய ஏமாற்றத்தை வெளிப்படையாகப் பேச ஆரம்பித்தான் அவன்.

அதன்பிறகு, லுய்ட்போல்ட் ஆசிரியர்கள் ஆல்பர்டைப் பார்த்தாலே நெருப்பை உமிழ்ந்தார்கள். 'உன்னால மத்த பசங்களும் எங்களை மதிக்கமாட்டேங்கறாங்க' என்று அவன் காதைத் திருகினார்கள்.

சீக்கிரத்தில், இந்த விஷயம் பள்ளித் தலைமை ஆசிரியருக்குத் தெரியவந்தது, அவர் ஆல்பர்டைக் கூப்பிட்டு விசாரித்தார், 'என்னப்பா? நீ பெரிய ரௌடியா? ஒழுங்கா வாத்தியாருங்க சொல்றதைக் கேட்டு நடக்கமாட்டியா?'

'அதெல்லாம் இல்லை சார்' என்றான் ஆல்பர்ட், 'இங்கே எல்லா ஆசிரியர்களும் ராணுவ அதிகாரிமாதிரி முரட்டுத்தனமா நடந்துக்கறாங்க, அவங்க சொன்னதை அப்படியே செய்யணும், எதிர்த்துப் பேசக்கூடாதுன்னு திட்டறாங்க, எல்லாப் பாடத்தையும் கண்ணை மூடிக்கிட்டு மனப்பாடம் செய்யணும்ன்னு கட்டாயப்படுத்தறாங்க.'

'ஷட் அப்' என்று உறுமினார் ஹெட்மாஸ்டர், 'எங்களுக்கே பாடம் சொல்லித்தர்ற அளவுக்கு நீ பெரிய ஆளாயிட்டியா? இனிமே நீ இங்கே இருக்கக்கூடாது, வெளிய போ.'

தலைமை ஆசிரியர் இப்படிச் சொன்னபோது, ஆல்பர்டுக்குப் பெரிய ஆச்சர்யம் எதுவும் இல்லை. அவன் அமைதியாக அந்தப் பள்ளியிலிருந்து வெளியேறத் தயாராகிவிட்டான்.

அதன்பிறகு, ஆல்பர்ட் 'வழக்க'மான பள்ளிகள் எதிலும் படிக்கவில்லை. வெறுமனே மனப்பாடம் செய்கிற பழக்கத்தை ஊக்குவிக்காமல், நிஜமாகவே மாணவர்களின் படைப்புத்திறன், சிந்தனைக்கு முக்கியத்துவம் தருகிற கல்வி நிறுவனங்களைத் தேடிக் கண்டுபிடித்தான். கணிதம், இயற்பியல் ஆகிய பாடங்களில் பல்வேறு புத்தகங்களைப் படித்துப் புதுப்புது ஆய்வுகளைச் செய்து பார்க்கத் தொடங்கினான், தன்னுடைய சிந்தனைகளை, ஆராய்ச்சி முடிவுகளைக் கட்டுரைகளாக,

புத்தகங்களாக வெளியிட ஆரம்பித்தான்.

மிக விரைவில், ஆல்பர்டின் திறமை உலகம்முழுக்கப் பரவியது. சர்வதேச அளவில் எல்லோராலும் மதிக்கப்படுகிற ஓர் அறிவியல் அறிஞராக உயர்ந்தார் அவர்.

அப்போது, இரண்டாவது உலகப் போர் வந்தது. ஐரோப்பாமுழுவதும் பல தேசங்களில் அப்பாவி மக்கள்மீது வெடிகுண்டுகள் வீசப்பட்டன. ஏராளமான வீடுகள், கடைகள், தொழிற்சாலைகள், பாலங்கள் சிதைந்து விழுந்தன, லட்சக்கணக்கான ஜனங்கள் கொத்துக்கொத்தாக உயிரிழந்தார்கள்.

இந்தப் போரினால் அதிகம் பாதிக்கப்பட்ட நாடுகளில் ஒன்று, ஜெர்மனி. அங்கே முன்பு ஆல்பர்ட் படித்த 'லுய்ட்போல்ட் ஜிம்னாஸியம்' பள்ளியின்மீது ஒரு குண்டு விழுந்தது, பலத்த சேதம்!

போர் முடிந்ததும், அந்தப் பள்ளி மீண்டும் பழையபடி கட்டிமுடிக்கப்பட்டது. புதிய கட்டடத்துக்கு, உலகப் புகழ் பெற்ற விஞ்ஞானி 'ஆல்பர்ட் ஐன்ஸ்டீன்' பெயரைச் சூட்டினார்கள்.

ஆல்பர்ட் மெல்லச் சிரித்துக்கொண்டார், அன்றைக்கு இதே பள்ளியைச் சேர்ந்த ஆசிரியர்கள்தான், அவர் உருப்படமாட்டார், எதற்கும் லாயக்கில்லை என்றெல்லாம் சாபம் கொடுத்தார்கள். ஆனால் இப்போது, அதே பள்ளிக்கு அவருடைய பெயரை வைத்துக் கைதட்டுகிறார்கள்.

மனித குலத்தின் மிகப் பெரிய புத்திசாலிகளில் ஒருவராக மதிக்கப்படுகிறவர் ஆல்பர்ட் ஐன்ஸ்டீன். உலகெங்கும் அவருடைய சிந்தனைகளை, கண்டுபிடிப்புகளைப்பற்றிப் படிக்காத பள்ளி, கல்லூரி மாணவர்களே இல்லை!

ஆனால், இதே ஐன்ஸ்டீன்தான், ஒருகாலத்தில் 'மக்கு' என்கிற முத்திரையுடன் அவமானப்படுத்தப்பட்டார், தன்னுடைய பள்ளியிலிருந்து வெளியே துரத்தப்பட்டார்.

அப்போது ஐன்ஸ்டீன் நினைத்திருந்தால், 'எல்லோரும்தான் மனப்பாடம் செய்யறாங்க, நானும் அவங்களைப்போல அர்த்தம் புரியாம எதையாவது படிச்சு ஒப்பிச்சு மார்க் வாங்கிக்கலாமே' என்று தீர்மானித்திருக்கலாம், ஒவ்வொரு பரீட்சையிலும் புத்தகத்தை அப்படியே ஈயடிச்சான் காப்பி செய்து தொண்ணூறு, நூறு என்று மதிப்பெண்களைக் குவித்து மெடல் குத்திக்கொண்டிருக்கலாம்.

ஆனால், அவர் அந்தப் பழைய, சுலபமான பாதையை ஏற்றுக்கொள்ள மறுத்தார். 'எதையும் புரிந்துகொண்டுதான் படிப்பேன்' என்கிற பிடிவாதம், அவரை வெறுமனே மார்க் வாங்கும் மெஷினாக மாற்றிவிடாமல், அறிவியலின்மீது உண்மையான ஆர்வம் கொண்ட ஆய்வாளராக உருவாக்கியது, பல அற்புதமான கண்டுபிடிப்புகளை நிகழ்த்தத் தூண்டியது!

எந்த ஒரு விஷயத்தையும், மற்றவர்கள் செய்கிறார்களே என்பதற்காக நாமும் கண்மூடித்தனமாகப் பின்பற்றுவது பெரிய அபத்தம். மந்தை ஆடுகளைப்போலப் பத்தோடு பதினொன்றாகக் காணாமல்போவதைவிட, நம் மனம் சொல்லும் பாதையில் நடந்து பழகினால், அந்தப் பயணமும் இனிமையாக இருக்கும், நாம் தேடுகிற வெற்றியும் வசப்படும்!

17. 'தள்ளாத' மனமே வெல்லும்!

'**சா**ர்லஸ், நீங்க செய்யறது கொஞ்சம்கூட நல்லாயில்லை.'

ஆதங்கத்துடன் சொன்ன அந்த நண்பரைப் பார்த்துச் சார்லஸ் மெல்லச் சிரித்தார், 'என்மேல என்ன திடீர்ன்னு கோவம்?' என்றார் புன்னகையோடு.

'இது திடீர்க் கோவம் இல்லை சார், பல மாசமா, பல வருஷமா நான் இதையேதான் சொல்லிக்கிட்டிருக்கேன்' என்றார் அவர், 'நீங்க எப்போ உங்களோட கண்டுபிடிப்புகளைப் புத்தகமா வெளியிடப்போறீங்க?'

இப்போது சார்லஸ் குற்றவுணர்ச்சியோடு நெளிய ஆரம்பித்தார். ஆனால் அதை வெளிப்படையாகக் காட்டிக்கொள்ளவில்லை. 'என்ன அவசரம்? நிதானமாச் செய்யலாமே!' என்றார்.

'என்ன சார் இப்படிச் சொல்றீங்க?' அந்த நண்பருடைய முகம் ஏமாற்றத்துடன் சுருங்கிப்போனது, 'ஊர்ல அவனவன் சரக்கே இல்லாம விதவிதமாப் புத்தகம் போட்டு வித்துக்கிட்டிருக்கான். ஆனா நீங்க, எவ்ளோ பெரிய மேதை! எத்தனையோ அபூர்வமான விஷயங்களை ஆராய்ஞ்சு கண்டுபிடிச்சிருக்கீங்க.

நீங்க அதையெல்லாம் புத்தகமா எழுதி வெளியிட்டாதானே உங்களுக்கும் பெருமை, எங்களுக்கும் சந்தோஷம்?'

அவர் எவ்வளவோ வற்புறுத்தியும்கூட சார்லஸ் சரியாகப் பிடிகொடுத்துப் பேசவில்லை. 'அப்புறமாப் பார்க்கலாம்' என்று தட்டிக்கழித்துவிட்டார்.

வெறுத்துப்போன அந்த நண்பர் சார்லஸிடம் விடை பெற்றுக்கொண்டு கிளம்பினார். கதவைச் சாத்திவிட்டு உள்ளே வந்து அமர்ந்தார் சார்லஸ். எதிரில் இருந்த புத்தக அலமாரி அவருடைய கண்களை உறுத்தியது, 'நான் எப்போ என்னோட புத்தகத்தை எழுதப்போறேன்?'

நண்பர் சொன்னதுபோல, சார்லஸின் ஆராய்ச்சிகள் சாதாரணமானவை அல்ல. இந்த உலகத்தில் பல்வேறு உயிர்கள் எப்படித் தோன்றின என்பதுபற்றி நுணுக்கமான ஆய்வுகளைச் செய்து முடித்திருந்தார் அவர். இந்தப் புள்ளிவிவரங்களின் அடிப்படையில் பலரிடம் விவாதம் செய்து, தன்னுடைய சிந்தனைகளைத் தொகுத்துச் சில தீர்மானமான முடிவுகளையும் எடுத்திருந்தார்.

ஆனால் ஏனோ, அந்த முடிவுகளைப் புத்தக வடிவத்தில் தொகுத்து எழுதி வெளியிடுகிற வேகம் சார்லஸுக்கு வரவில்லை. 'இன்னும் கொஞ்சம் ஆராய்ச்சி செய்யலாம், பாக்கியிருக்கிற ஒண்ணு ரெண்டு விஷயங்களையும் நிச்சயமா உறுதிப்படுத்திக்கிட்டு அப்புறமாப் புத்தகம் எழுதிக்கலாம்' என்று அதைத் தள்ளிப்போட்டுக்கொண்டே போனார்.

எப்போதாவது அவருக்கே மனம் வந்து புத்தகம் எழுத உட்கார்ந்தால், வேறு ஏதாவது வேலைகள் குறுக்கிட்டுவிடும், அல்லது உடம்பு சரியில்லாமல் போகும், இல்லாவிட்டால் குடும்பக் குழப்பங்கள். இப்படிப் பல பிரச்னைகளால் அந்தப் புத்தக வேலைகள் தடைபட்டுக்கொண்டே இருந்தன.

சார்லஸின் தயக்கத்துக்கு இன்னொரு முக்கியமான காரணம், பயம்!

அவருடைய ஆராய்ச்சியின் முடிவுகள் மிகவும் புரட்சிகரமானவை. அதுமட்டும் உண்மை என்று நிரூபிக்கப்பட்டுவிட்டால், 'கடவுள்தான் இந்த உலகத்தை, அதில் உள்ள உயிர்களையெல்லாம் படைத்தார்' என்கிற வாதம் பொய்யாகிவிடும்.

சார்லஸுக்கு அதை நினைத்தால்தான் மிகவும் கவலையாக இருந்தது. அவர் முன்வைத்த கொள்கைகள் என்னதான் அறிவியல்பூர்வமாக உறுதி செய்யப்பட்டாலும்கூட, பெரும்பான்மை மக்கள் அதை ஏற்றுக்கொள்ளமாட்டார்களோ என்று நினைத்துத் தயங்கினார் அவர்.

கொஞ்ச நாள் கழித்து, சார்லஸுக்கு ஒரு கடிதம் வந்தது. அதை எழுதியவர் பெயர் ஆல்ஃப்ரட் ரஸ்ஸல் வாலஸ்!

சார்லஸைப்போலவே, வாலஸும் உயிர்கள் தோன்றிய விதத்தைப்பற்றி ஆராய்ச்சி செய்கிறவர்தான். அவர் தன்னுடைய சிந்தனைகளை ஒரு கட்டுரை வடிவத்தில் எழுதி அனுப்பியிருந்தார்.

'டியர் ஸார், இத்துடன் இணைத்துள்ள கட்டுரையைப் படித்துப் பாருங்கள். உங்களுக்குப் பிடித்திருந்தால் ஏதேனும் ஒரு பத்திரிகைக்கு அனுப்பிவைக்கலாம்.'

சார்லஸ் ஆவலுடன் வாலஸின் கட்டுரையைப் பிரித்தார். படிக்க ஆரம்பித்தார்.

சில நிமிடங்களில் அவருடைய முகம் மாறியது. உடல்முழுவதும் லேசாக வியர்க்கத் தொடங்கியது.

அந்தக் கட்டுரை முழுவதையும் படித்து முடித்த சார்லஸ் அதிர்ந்துபோய்விட்டார். காரணம், அதில் வாலஸ் குறிப்பிட்டிருந்த சிந்தனைகள் எல்லாமே, சார்லஸ் ஏற்கெனவே யோசித்துவைத்தவை. சொல்லப்போனால், சார்லஸ் எழுதவேண்டிய ஒரு கட்டுரையை வாலஸ் எழுதிவிட்டதுபோல் அவருக்குத் தோன்றியது.

ஆனால், இந்தக் கட்டுரை முதலில் வெளியாகிவிட்டால் மக்கள் என்ன சொல்வார்கள்? சார்லஸ் இத்தனை வருடமாகக் கஷ்டப்பட்டு ஆராய்ச்சி செய்து கண்டுபிடித்த விஷயங்களெல்லாம் வாலஸுக்குச் சொந்தமாகிவிடுமே!

வாலஸ் நிச்சயமாகக் காப்பி அடிக்கிறவர் இல்லை. ஆனால் அதேசமயம், அவருடைய இந்தக் கட்டுரை பிரசுரமானால் சார்லஸுக்குக் கிடைக்கவேண்டிய நியாயமான கௌரவம் பறிபோவது நிச்சயம்.

உடனடியாக, தன்னுடைய நண்பர்கள், சக அறிவியலாளர்கள் சிலரை அழைத்தார் சார்லஸ். அவர்களிடம் வாலஸின் கட்டுரையைப் படிக்கக் கொடுத்தார். 'இதைப்பத்தி நீங்க என்ன நினைக்கறீங்க?'

கட்டுரையைப் படித்த சார்லஸின் நண்பர்கள் அதிர்ச்சியடையவில்லை. கொதித்துப்போனார்கள். 'சார்லஸ், நாங்க அப்பவே உங்களுக்குப் படிச்சுப் படிச்சுச் சொன்னோம், நீங்கதான் யார் பேச்சையும் கேட்காம புத்தகம் எழுதற ப்ராஜெக்டைத் தள்ளிப்போட்டீங்க. இப்ப பாருங்க, காத்திருந்தவன் பொண்டாட்டியை நேத்து வந்தவன் கொத்திக்கிட்டுப் போகப்போறான்!'

அந்தக் கூட்டத்திலேயே ஜோசஃப் ஹூக்கர், சார்லஸ் ல்யெல் என்ற இருவர்மட்டும் கொஞ்சம் நிதானமாகப் பேசினார்கள், 'சார்லஸ், இப்பவும் ஒண்ணும் கெட்டுப்போயிடலை, இந்தக் கட்டுரையில இருக்கிறதெல்லாம் நீங்க ரொம்ப நாளாப் பேசிக்கிட்டிருக்கிற விஷயங்கள்தான். ஆகவே இதைப்பத்தி நாம பெரிசாக் கவலைப்படவேண்டியதில்லை!'

'நான் இப்போ என்ன செய்யணும்?' பரிதாபமாகக் கேட்டார் சார்லஸ்.

'இனிமேலும் உங்க புத்தகத்தைத் தள்ளிப்போடாதீங்க. உடனடியா உட்கார்ந்து எழுத ஆரம்பிங்க. ரொம்பப் பெரிசா இல்லாட்டியும் பரவாயில்லை. முதல்ல சுருக்கமா உங்க

சிந்தனைகளை, கண்டுபிடிப்புகளைச் சொல்லிடுங்க. உங்களோட ஒரு புத்தகம் வெளிவந்துட்டா, அப்புறமா அதை விரிவுபடுத்தி எத்தனை வால்யூம் வேணும்ன்னாலும் எழுதிக்கலாம்.'

நண்பர்களின் கருத்தை ஏற்றுக்கொண்ட சார்லஸ் டார்வின் உடனடியாக ஒரு புத்தகம் எழுத ஆரம்பித்தார். 'The Origin of Species' என்ற பெயரில் வெளியான அந்த ஆராய்ச்சி நூல் முதல் நாளிலேயே விற்றுத் தீர்ந்தது, மனித குலத்தின் சிந்தனையையே புரட்டிப்போட்டது. இன்றைக்கும் அவருடைய சிந்தனைகள் 'டார்வினிஸம்' என்று பெருமையோடு அழைக்கப்படுகின்றன.

டார்வின் நிச்சயமாகச் சோம்பேறி அல்ல. ஆனால் ஏதோ காரணத்தால் தன்னுடைய அந்தப் புத்தகத்தை எழுதாமல் தள்ளிப்போட்டுக்கொண்டே இருந்தார். வேறு யாரோ அந்தச் சிந்தனையைக் கொள்ளையடித்துவிடுவார்களோ என்கிற பதற்றம் வந்தபோதுதான், அவருடைய செயல்வேகம் அதிகரித்தது. நமக்கு ஓர் அற்புதமான புத்தகம் கிடைத்தது.

இப்படிச் சில சமயங்களில், பதற்றமும் நல்லதுதான். அது ஒரேயடியாக நம்மைத் தூக்கிச் சாப்பிட்டுவிடாதபடி ரிலாக்ஸாக ரிஸ்க் எடுக்கப் பழகிக்கொண்டால் எதையும் 'தள்ளிப்போடுகிற' கெட்ட பழக்கத்தைத் தவிர்த்துவிடலாம், எப்பேர்ப்பட்ட பரபரப்புக்கு நடுவிலும் நம்முடைய வேலைகளை ஒழுங்காக அமைத்துக்கொள்ளலாம், வெற்றி காணலாம்!

18. அசுத்தமும் சோறு போடும்

டாக்டர் அலெக்ஸாண்டர் அதிர்ந்து நின்றார்.

அவர் வாழ்நாளில் எப்போதும் இத்தனை ரத்தத்தை மொத்தமாகப் பார்த்தது கிடையாது. பதற்றத்தில் அவருக்கு மயக்கமே வந்துவிடும்போலிருந்தது.

'டாக்டர், சீக்கிரமா வாங்க', யாரோ கெஞ்சலாகக் கூப்பிட்டார்கள், 'உடனடியா இவங்களுக்கு ட்ரீட்மென்ட் ஆரம்பிக்கணும்'

அலெக்ஸாண்டர் குழம்பிப்போனார், இந்த அளவு காயம் பட்டிருக்கிறவர்களுக்கு என்ன சிகிச்சை செய்துவிடமுடியும்? இனிமேல் என்னதான் மருந்து போட்டாலும் இந்தக் காயங்கள் ஆறுமா? இவர்கள் உயிர்பிழைப்பார்களா? அந்தக் கடவுளுக்குதான் வெளிச்சம்.

ஒரு டாக்டரே இப்படி நினைப்பது தவறுதான். ஆனால், அந்தக் காலத்தில் காயம் பட்டவர்களுக்குப் போதுமான சிகிச்சைமுறைகள், நம்பகமான மருந்துகளே இல்லை. சில நாள் கழித்துக் காயம் அதுவாக ஆறினால்தான் உண்டு, டாக்டர்களால் எதுவும் செய்யமுடியாது.

இதனால், சின்னச் சின்னக் காயங்கள்கூட உயிருக்கே ஆபத்தாக வந்து முடிந்தன. ஷேவிங் செய்யும்போது லேசாகக் கன்னத்தில் கீறிக்கொண்டவர்கள், காய்கறி நறுக்குகையில் கத்தியால் விரலைப் பதம் பார்த்துக்கொண்டவர்கள், தடுக்கி விழுந்து முட்டி சிராய்த்தவர்கள்கூட, கொஞ்சம் கவனமாக இருந்து அந்தக் காயத்தில் பாக்டீரியா பரவாமல் பார்த்துக்கொள்ளாவிட்டால், அப்படியே பரலோகம் போய்ச் சேரவேண்டியயுதுதான்.

சின்னக் காயங்களுக்கே அப்படி என்றால், ஒரு போர்க்களத்தைக் கற்பனை செய்து பாருங்கள். அதுவும் சாதாரணப் போர் இல்லை, முதலாம் உலகப் போர்!

சண்டை என்று வந்துவிட்டால், மனிதன் மிருகமாகிவிடுகிறான். ஒவ்வொரு நாட்டு வீரனும் அடுத்தவனை ஆவேசமாகத் தாக்க, பாதிப்பேர் அங்கேயே இறந்துபோனார்கள், மீதிப்பேர் காயங்களில் பாக்டீரியா பரவிக் கொடுமையான முறையில் மரணத்தைத் தழுவினார்கள்.

டாக்டர் அலெக்ஸாண்டர் ராணுவத்தில் சேர்ந்து சண்டை போடவில்லை. ஆனால் மற்ற போர் வீரர்கள் எல்லோரையும்விட அதிகமாக, மரணத்தை நேருக்கு நேர் பார்த்திருந்தார் அவர்.

ஒவ்வொரு வீரனும் காயம் ஆறாமலே இறந்துபோகிறபோது, கையையோ, காலையோ, கண்ணையோ இழந்து அவதிப்படுகிறபோது, அலெக்ஸாண்டர் துடித்தார். ஒரு மருத்துவராக இருந்தும் தன்னால் அவர்களைக் காப்பாற்றமுடியவில்லையே என்று மிகவும் வருந்தினார்.

எல்லாம் இந்தப் படுபாவி பாக்டீரியாக்களின் சதி. அவை ஒவ்வொரு காயத்திலும் எக்கச்சக்கமாகப் பரவி நாசம் பண்ணுவதால்தான், பல உயிர்கள் அநியாயமாகப் பறிபோய்விடுகின்றன.

எப்படியாவது, இந்தப் பாக்டீரியாக்களை அழிக்கவேண்டும். அது முடியாவிட்டாலும், அவை கண்டபடி பரவாமல் கட்டுப்படுத்தவேண்டும். அதற்கு ஒரு நல்ல

மருந்து கண்டுபிடித்தாகவேண்டும் என்று தனக்குள் தீர்மானித்துக்கொண்டார் அலெக்ஸாண்டர்.

ஒருவழியாக, போர் முடிந்தது, அலெக்ஸாண்டர் தன்னுடைய ஆராய்ச்சி சாலைக்குத் திரும்பினார்.

அதன்பிறகு, மற்ற எல்லா வேலைகளையும்விட பாக்டீரியா ஆராய்ச்சிதான் அவருடைய நேரத்தை ஆக்கிரமித்துக்கொண்டது. வட்ட வடிவத் தட்டுகளில் ஏகப்பட்ட பாக்டீரியாக்களை வளரச்செய்வது, பின்னர் அவற்றில் விதவிதமான ரசாயனப் பொருள்களை ஊற்றி, பாக்டீரியாக்கள் மறைகின்றனவா என்று கவனிப்பது என ராப்பகலாகப் பல்வேறு பரிசோதனைகளில் ஈடுபட்டிருந்தார் அவர்.

ஆனால், அலெக்ஸாண்டர் விடாக்கண்டன் என்றால், கண்ணுக்குத் தெரியாத அந்தப் பாக்டீரியாக்கள் கொடாக்கண்டன்களாக இருந்தன. அவர் எத்தனைதான் மருந்துகளைக் கொட்டிக் கிளறினாலும்கூட, அவை கொஞ்சம்கூட அலட்டிக்கொள்ளவில்லை. ஜாலியாகப் பெருகிப் பரவிக்கொண்டிருந்தன.

அலெக்ஸாண்டர் குழம்பிப்போனார். இத்தனூண்டு பாக்டீரியாக்கள், மைக்ரோஸ்கோப் வைத்துப் பார்த்தால்தான் கண்ணுக்கே தெரிகின்றன, ஆனால், அதை என்னால் அழிக்கமுடியவில்லையே, ஏன்? இவற்றின் உயிர் எங்கேயோ ஏழு கடல், ஏழு மலை தாண்டி ஒளித்துவைக்கப்பட்டிருக்கிறதா என்ன?

ஒவ்வொரு தோல்வியும், அலெக்ஸாண்டருக்குப் புதிய வேகம் கொடுத்தது. முன்பைவிடக் கூடுதல் ஆவேசத்துடன் வெவ்வேறு ரசாயனக் கலவைகளைப் பரிசோதித்துப் பார்த்தார். ஆனால் அந்தக் கில்லாடி பாக்டீரியாக்களை ஒன்றுமே செய்யமுடியவில்லை. அலெக்ஸாண்டர் வெறுத்துப்போனார்.

'இனிமேலும் இந்தப் பாக்டீரியாக்களுடன் தொடர்ந்து மன்றாடிக்கொண்டிருந்தால், எனக்குப் பைத்தியமே

பிடித்துவிடும், ஒரு சின்ன ப்ரேக் விடவேண்டியதுதான்!'

ஒரு மாற்றத்துக்காக, அலெக்ஸாண்டர் விடுமுறையில் செல்ல முடிவெடுத்தார். தன்னுடைய ஆராய்ச்சிகளை அப்படியே நிறுத்திவிட்டுக் கிளம்பினார்.

வெளியே சென்றபிறகுதான், அவருக்கு ஒரு விஷயம் ஞாபகம் வந்தது, 'கிளம்புகிற அவசரத்தில் பாக்டீரியாத் தட்டுகளையெல்லாம் ஒழுங்காகச் சுத்தம் செய்யாமல் வந்துவிட்டேனே!'

'கிடக்கட்டும், லீவ் முடிந்து திரும்பி வந்து எல்லாவற்றையும் ஒழுங்குபடுத்திக்கொள்ளலாம். என்ன அவசரம்?' திரும்பிப் பார்க்காமல் நடந்தார் அலெக்ஸாண்டர்.

அப்போது அவருக்குத் தெரியாத விஷயம், அலெக்ஸாண்டர் வாழ்க்கையில்மட்டுமல்ல, ஒட்டுமொத்த மனித குலத்திற்கே அந்தச் சம்பவம் ஒரு மிகப் பெரிய திருப்புமுனையாக அமையப்போகிறது.

அலெக்ஸாண்டர் ஆராய்ச்சியை நிறுத்திவிட்டு விடுமுறைக்குக் கிளம்பிவிட்டார்தான். ஆனால் அங்கேயும், அவர் மனத்தைப் பாக்டீரியாக்கள்தான் ஆக்கிரமித்திருந்தன. எப்படியாவது இந்தப் பிரச்னைக்கு ஒரு முடிவு கண்டுபிடித்தால்தான் அவருக்கு நிம்மதி பிறக்கும்!

ஒருவழியாக, அலெக்ஸாண்டரின் விடுமுறை முடிந்தது. அவசரம் அவசரமாகத் தன்னுடைய ஆராய்ச்சி சாலைக்குத் திரும்பினார் அவர்.

வழக்கம்போல், அலெக்ஸாண்டரின் ஆராய்ச்சி சாலையில் பொருள்கள் இங்கேயும், அங்கேயுமாக இறைந்து கிடந்தன. இதையெல்லாம் ஒழுங்குபடுத்துவதற்கே நான்கைந்து நாள் பிடிக்கும் என்று அவருக்குத் தோன்றியது. முதல்வேலையாக, தன்னுடைய பாக்டீரியாத் தட்டுகளைச் சுத்தப்படுத்த நினைத்தார் அவர்.

ஆனால், அந்தத் தட்டுகளைக் கழுவிப் பல நாள் ஆகிவிட்டதால், அவற்றின்மீது அழுக்குபோல் ஏதோ படர்ந்திருந்தது. கவனித்துப் பார்த்தால், பூஞ்சைக் காளான்.

இதைப் பார்த்ததும், அலெக்ஸாண்டருக்கு ஏதோ ஒரு சுவாரஸ்யம் தட்டியது. பூஞ்சைக் காளான் படிந்த சில தட்டுகளை எடுத்து, நுண்ணோக்கிமூலம் கவனித்துப் பார்த்தார்.

ஆச்சர்யமான விஷயம், அந்தப் பூஞ்சைக் காளானைச் சுற்றிலும் உள்ள பகுதிகளில்மட்டும், பாக்டீரியாக்கள் வெகுவாக அழிக்கப்பட்டிருந்தன. மற்ற இடங்களில் பழையபடி பாக்டீரியாக்களின் ஆதிக்கம் இருந்தது.

அலெக்ஸாண்டர் மகிழ்ச்சியில் துள்ளினார், இத்தனை காலமாக நான் தேடிக்கொண்டிருந்த மருந்து இதுதானா? நிச்சயமாகச் சொல்வதற்கில்லை, இன்னும் கொஞ்சம் ஆராய்ச்சி செய்து பார்க்கவேண்டும்!

உடனடியாக, தனது பரிசோதனைகளைத் தொடங்கினார் அலெக்ஸாண்டர். அந்தப் பூஞ்சைக் காளானின் பெயர் பெனிசிலியம் நொட்டேடம் என்று தெரியவந்தது.

அலெக்ஸாண்டர் இந்தப் பெனிசிலியம் நொட்டேடம் பூஞ்சைக் காளானை நிறைய வளர்த்து, அதில் இருந்து எடுத்த சாறைப் பலவகையான பாக்டீரியாக்களின்மீது செலுத்திப் பரிசோதித்தார். பெரும்பாலான பாக்டீரியாக்கள் உடனடியாக மறைந்துபோய்விட்டன.

அடுத்தபடியாக, அலெக்ஸாண்டர் இதே மருந்தைப் பயன்படுத்தி மனித உடலில் ஏற்படும் காயங்களை ஆற்றமுடியுமா என்று ஆராய்ச்சி செய்துபார்த்தார். அதிலும் பிரமாதமான வெற்றி கிடைத்தது.

இதன்மூலம், அந்தப் பூஞ்சைக் காளான் மருந்து பல்வேறு பாக்டீரியாக்களை அழிக்கக்கூடியது என்று சந்தேகத்துக்கு இடமின்றி நிரூபித்துவிட்டார் அலெக்ஸாண்டர். அந்த

மருந்துக்கு அவர் சூட்டிய பெயர், 'பெனிசிலின்'!

டாக்டர் அலெக்ஸாண்டர் ஃப்ளெமிங் மிக எதேச்சையாகக் கண்டுபிடித்த அந்தப் பெனிசிலின் மருந்து, அதன்பிறகு அதிவேகத்தில் புகழ் பெற்றுவிட்டது. இரண்டாம் உலகப் போரின்போது காயமடைந்த ஏராளமான போர் வீரர்கள் பெனிசிலினால் உயிர் பிழைத்தார்கள். இன்றைக்கும், பல முக்கியமான மருத்துவச் சிகிச்சைகளுக்குப் பெனிசிலின் பயன்படுத்தப்படுகிறது.

பெனிசிலினைக் கண்டுபிடித்த அலெக்ஸாண்டர் ஃப்ளெமிங்கிற்கு, 1945ல் நோபல் பரிசு வழங்கப்பட்டது. அதற்கு முக்கியமான காரணம், அவருடைய ஆராய்ச்சித்திறன்மட்டுமில்லை, அன்றைக்கு விடுமுறைக்குக் கிளம்புகிற அவசரத்தில் அவர் தட்டுகளை ஒழுங்காகக் கழுவாததும்தான்!

வழக்கமாக, சுத்தம்தான் சோறு போடும் என்று சொல்வார்கள். ஆனால் அலெக்ஸாண்டர் ஃப்ளெமிங் விஷயத்தில் அசுத்தமும்கூட அவருக்கு உதவி செய்திருக்கிறது!

19. 'அசட்டு'ப் புதுமைகள்!

சின்னப் பிள்ளைகள் காகிதத்தில் கப்பல் செய்வார்கள். கொஞ்சம் வளர்ந்த பிள்ளைகள் அதே காகிதத்தில் ராக்கெட் செய்து பறக்கவிடுவார்கள். 'ஒரிகாமி' என்ற பெயரில் காகிதத்தை விதவிதமாக மடித்துப் பொம்மை செய்கிற கலைஞர்கள் உண்டு.

ஒருகாலத்தில், சிலர் காகிதத்தில் ஆடைகளைச் செய்திருக்கிறார்கள், மக்களும் அதைக் காசு கொடுத்து வாங்கி அணிந்துகொண்டு ரோட்டில் நடந்துபோயிருக்கிறார்கள், நம்புவீர்களா?

சிரிக்காதீர்கள். இப்போது கேட்பதற்கு மிகப் பெரிய காமெடியாகத் தோன்றினாலும், ஐம்பது வருடங்களுக்கு முன்னால் இது நிஜத்தில் நடந்திருக்கிறது. ஃபேஷன் உலகத்தின் மிகப் பெரிய சொதப்பல்களில் ஒன்று இந்தக் கதை.

பத்தொன்பதாம் நூற்றாண்டில், எட்வர்ட் பெலாமி என்பவர் ஒரு 'சைன்ஸ் ஃபிக்ஷன்' நாவல் எழுதினார். அதாவது, வருங்கால வாழ்க்கை எப்படி இருக்கும் என்று கற்பனை செய்து எழுதப்பட்ட அறிவியல் புனைகதை.

அந்த நாவலில்தான், எட்வர்ட் முதன்முறையாகக் காகித ஆடைகளைப் பற்றிக் கற்பனை செய்தார். 'உடைகளைத் துவைத்து, அயர்ன் செய்து, பராமரித்து, அணிந்துகொள்வதிலேயே நம்முடைய நேரம் வீணாகிறது. அதற்குப் பதிலாக, பூஸ் அண்ட் த்ரோ முறையில், காகிதச் சட்டை, பேண்ட், கவுன் வாங்கிப் போட்டுக்கொள்வது, ராத்திரி படுக்கச் செல்லும்போது அதைக் கிழித்து வீசிவிடுவது, அவ்வளவுதான் மேட்டர்!'

சுவாரஸ்யமான இந்தச் சிந்தனையை, அப்போது யாரும் பெரிதாக எடுத்துக்கொள்ளவில்லை. படித்தார்கள், 'அட!' என்று புருவம் உயர்த்தினார்கள். கடந்து போய்விட்டார்கள்.

அதன்பிறகு, பல வருடங்கள் கழித்து, இரண்டாம் உலகப் போர் நேரத்தில், சர்வதேச அளவில் பெரும்பாலான பொருள்களுக்குக் கடுமையான தட்டுப்பாடு ஏற்பட்டது. ஆகவே, நம்மிடம் ஏற்கெனவே இருக்கும் விஷயங்களைச் சிறப்பாகப் பயன்படுத்திக்கொள்வது எப்படி என்று விஞ்ஞானிகள் 'ரூம் போட்டு யோசிக்க' ஆரம்பித்தார்கள். இதன்மூலம் ஏராளமான புதுக் கண்டுபிடிப்புகள் அறிமுகமாயின.

இந்த நேரத்தில்தான், மீண்டும் 'காகித ஆடை'களைப் பற்றிய பேச்சு எழத் தொடங்கியது. பருத்தி, நூல், தறி இவையெல்லாம் இல்லாமல், காகிதத்தைப் பலவிதமாக வெட்டி ஆடையாக்கமுடியுமா என்று சிலர் பேசினார்கள். பல மாதிரிகளும் உருவாக்கப்பட்டன. ஆனால் இவை பொதுமக்களுக்குச் சென்று சேரவில்லை. சும்மா சோதனை முயற்சியுடன் நின்றுவிட்டது.

அறுபதுகளின் மத்தியில், கிம்பர்லி க்ளார்க் என்ற காகித நிறுவனம் ஒரு வித்தியாசமான விளம்பர உத்தியைப் பின்பற்றியது. இவர்கள் தயாரித்த பேப்பர் டவல்ஸ், பாத்ரூம் டிஷ்யூஸ் போன்றவற்றில் ஒரு தள்ளுபடிக் கூப்பனை இணைத்தார்கள். 'இந்தக் கூப்பனைக் கிழித்து, அதோடு ஜஸ்ட் ஒன்றே கால் டாலர் சேர்த்து எங்களுக்கு அனுப்பிவையுங்கள், உங்களுக்கு ஓர் அட்டகாசமான பேப்பர் ட்ரெஸ் கிடைக்கும்.'

மக்கள் அசந்துபோனார்கள். இவ்வளவு குறைந்த விலையில் ஆடையா? அதுவும் பேப்பரில் தயாரிக்கப்பட்ட ஆடையா? வாங்கிப் பார்த்துவிடுவோமே!

அடுத்த சில மாதங்களில், கிம்பர்லி க்ளார்க் நிறுவனத்தின் தபால் அறை நிரம்பி வழிந்தது. லட்சக்கணக்கான ஆர்டர்கள் குவிந்துவிட்டன.

இதில் காமெடி என்னவென்றால், அந்த நிறுவனம் தங்களுடைய மற்ற பேப்பர் தயாரிப்புகளை விளம்பரப்படுத்துவதற்காக இந்த ஆடையைச் சும்மா பொம்மைபோல்தான் உருவாக்கியிருந்தது. நீங்கள் பிஸ்கட் வாங்கினால் அதோடு ஒரு பென்சிலோ, பேனாவோ, ஸ்டிக்கரோ தருகிறார்கள் அல்லவா? அதுபோல.

ஆனால் மக்களுக்கு அது புரியவில்லை. 'நிஜமாகவே பேப்பரில் ஆடைகள் வந்துவிட்டன, அவற்றை ஒருமுறை பயன்படுத்திவிட்டுத் தூக்கிப் போட்டுவிடலாம்' என்று அவர்கள் நினைத்தார்கள். 'ஒரு டாலர்தானே, சும்மா முயற்சி செய்து பார்ப்போம்' என்று எல்லாரும் முட்டிமோதினார்கள்.

இதைக் கவனித்த மற்ற கம்பெனிகள் விழித்துக்கொண்டன. 'நாங்களும் காகித ஆடைகளைத் தயாரிக்கிறோம்' என்று களத்தில் இறங்கினார்கள்.

பத்திரிகைகள் சும்மா இருக்குமா? அவையும் இந்த அலையைப் பிடித்துக்கொண்டு நீந்த ஆரம்பித்தன. 'வருங்காலத்தில் பெரும்பாலான ஆடைகள் காகிதத்தில்தான் தயாரிக்கப்படும், துணிகளை யாரும் சோப்புப் போட்டுத் துவைக்கமாட்டார்கள்' என்றெல்லாம் ஃபேஷன் நிபுணர்(?)கள் கட்டுரை எழுதித் தள்ளினார்கள்.

இதனால், காகித ஆடைகளைத் தயாரிப்பதற்கென்று தனி மார்க்கெட்டே உருவாகிவிட்டது. காகிதத்தில் சட்டை, பேண்ட், ஸ்கர்ட், குழந்தைகளுக்கான ஆடைகள், திருமண ஆடைகள், கோட், சூட்... அவ்வளவு ஏன், நீச்சல் உடை, அன்டர்வேரெல்லாம்கூடக் காகிதத்தில் தயாரிக்க ஆரம்பித்தார்கள்.

காகிதத்தில் அன்டர்வேரா? என்னய்யா விளையாடுறீங்களா?

நீங்கள் இப்போது கேட்பதுபோல், அன்றைக்கு யாரும் கேட்கவில்லை. அமெரிக்க ராணுவம்கூடத் தன்னுடைய படை வீரர்களுக்குக் காகித ஜட்டி வாங்கித் தர யோசித்தது என்றால் பார்த்துக்கொள்ளுங்களேன்.

இந்தக் காலகட்டத்தில், பெரும்பாலான கடைகளில் காகித ஆடைகளுக்கென்று தனிப் பிரிவுகள் ஒதுக்கப்பட்டன. அங்கே ஷோ கேஸ் பொம்மைகள் கஞ்சி போட்டதுபோல் மொடமொடவென்று உடைகளை உடுத்திக்கொண்டு நின்றன. சிலர் இந்த வகை ஆடைகளை வைத்துப் பார்ட்டியெல்லாம் நடத்தினார்கள்.

அடுத்த சில மாதங்களுக்குள், காகித ஆடைத் தயாரிப்பு மார்க்கெட் அதிவேகமாக வளர்ந்துவிட்டது. பல பெரிய நிறுவனங்கள் விதவிதமான வண்ணங்கள், டிசைன்களில் காகித ஆடைகளைத் தயாரித்துச் சந்தைக்குக் கொண்டுவந்தார்கள். மக்களும் இவற்றை ஆசையுடன் வாங்கினார்கள்.

ஆனால், அவர்கள் எதிர்பார்த்ததுபோல் காகித ஆடைகள் பயனுள்ளதாக இல்லை. அவற்றை அணிந்திருக்கும்போது ஒருவிதமான சங்கட உணர்வு. எங்கேயாவது உட்கார்ந்தால் கிழிந்துவிடுமோ என்று பயம். ரோட்டில் நடக்கும்போது மழை வந்துவிடுமோ என்று கலக்கம். யாராவது சிகரெட் நெருப்பைக் கொண்டு பற்றவைத்துவிட்டால் என்ன ஆகுமோ என்கிற கவலை...

கம்பெனிகள் இதைப் புரிந்துகொள்ளாமல் இன்னும் காமெடி செய்தன, 'எங்கள் காகித ஆடைகளை நீங்களே உங்கள் இஷ்டப்படி கத்தரிக்கோலால் வெட்டி ஆல்டரேஷன் செய்துகொள்ளலாம், கிழிந்தால் செல்லோ டேப் போட்டு ஒட்டிவிடலாம், இதற்காக, ஆடை வாங்குகிற ஒவ்வொருவருக்கும் ஒரு செல்லோ டேப் இலவசமாகத் தருகிறோம்' என்றெல்லாம் அறிவித்தார்கள்.

ஒருகட்டத்தில், காசு கொடுத்துக் காகித ஆடைகளை வாங்கிய மக்கள் விழித்துக்கொண்டார்கள். 'இது தேறாது' என்று அந்த ஆடைகளை மொத்தமாகக் குப்பைத்தொட்டியில் தூக்கிப் போட்டுவிட்டார்கள். அவை வளர்ந்த வேகத்தில் விழுந்து காணாமல் போயின.

அறுபதுகளில் தயாரிக்கப்பட்ட அந்தக் காகித ஆடைகளில் சிலவற்றை இப்போதும் மியூசியங்களில் பார்க்கலாம். தயாரிப்பாளர்களும் பத்திரிகைகளும் மக்களும் ஒரே நேரத்தில் முட்டாளாக்கப்பட்டதன் மௌன சாட்சிகள் அவை.

இந்தத் தோல்விக்கு என்ன காரணம்? காகிதத்தில் ஆடை தயாரித்து அணிந்துகொள்ளமுடியும் என்பது எப்பேர்ப்பட்ட முட்டாள்தனம் என்று அப்போது யாருக்குமே தெரியவில்லையா?

ஆடை அலங்கார ஃபேஷன் துறையைப் பொறுத்தவரை புதுமையான முயற்சிகளுக்கு எப்போதும் நல்ல வரவேற்பு உண்டு. ஒரே ஒரு நல்ல 'ஹிட்' மாற்றத்தைக் கொண்டுவந்துவிட்டால் போதும், அந்தக் கம்பெனி மளமளவென்று மிகப் பெரிய அளவில் வளர்ந்துவிடும்.

இதனால் 'காகிதங்களை வைத்து ஆடை தயாரிக்கலாம்' என்று யாராவது சொன்னால், அந்த நிறுவனங்களைச் சேர்ந்த பெருந்தலைகள் முகம் சுளித்திருக்கமாட்டார்கள், நாம் சென்ற அத்தியாயத்தில் பேசியதுபோல் 'திறந்த மனத்துடன்' அந்த யோசனையை அணுகியிருப்பார்கள், 'முயற்சி செய்து பார்த்துவிடலாம்' என்றுதான் முடிவெடுத்திருப்பார்கள்.

அதேசமயம், அந்த முயற்சியை வாடிக்கையாளர்களின் பார்வையிலிருந்து பார்க்காததுதான் அவர்கள் செய்த முதல் தவறு. காகித ஆடைகள் மக்களுக்கு எந்தவிதமான வசதியைத் தருகின்றன, அல்லது சிரமத்தை உருவாக்குகின்றன என்பதைப் பற்றிக் கொஞ்சமும் யோசிக்காமல், சோதனை முயற்சிகளோ, வெள்ளோட்டங்களோ செய்யாமல் களத்தில் இறங்கியது பெரிய தவறு.

அவர்கள்தான் யோசிக்கவில்லை, பத்திரிகைகள், ஃபேஷன் நிபுணர்(?)களாவது அந்தக் கோணத்தில் சிந்தித்திருக்கலாம். அவர்களும் ஜோதியில் ஐக்கியமாகிக் காகித ஆடைகளைப் பிரபலமாக்கிவிட்டார்கள்.

மக்களையும் குற்றம் சொல்லவேண்டும்தான். அடுத்தவர்கள் முன்னால் புதுமையாகத் தோன்றவேண்டும் என்கிற ஆசை, அல்லது எல்லாரும் இதைச் செய்கிறார்கள், நாமும் செய்வோமே என்கிற ஆட்டுமந்தைத்தனம், அதனால் காகித ஆடைகளின் 'பின்'விளைவுகளைப்பற்றிக் கொஞ்சமும் யோசிக்காமல் ஆர்டர் செய்து தள்ளிவிட்டார்கள்.

ஃபேஷன் துறை என்றில்லை, எதிலுமே பழைய கட்டுப்பெட்டித்தனங்களுக்குள் முடங்கிக் கிடக்காமல் புதுசாக யோசிப்பது அவசியம், அதேசமயம் புதுமை வேறு, அசட்டுத்தனம் வேறு என்கிற வித்தியாசம் புரியவேண்டும், இல்லாவிட்டால், ஒரே ஒரு நல்ல யோசனை நம்மை மிகப் பெரிய உயரங்களுக்குக் கொண்டுசெல்வதுபோல, ஒரே ஒரு சொதப்பல் யோசனை கீழே வீசி எறிந்துவிடும். கவனம் தேவை!

20. அதுவரை பொறு மனமே!

சமீபத்தில் ஒரு ரயில் பயணத்தின்போது, எங்கள் அலுவலகத்தில் பணிபுரியும் இளைஞர் ஒருவரை எதேச்சையாகச் சந்தித்தேன். 'ஹாய்' சொல்லி நலம் விசாரித்தேன்.

அவர் எப்போதும் உற்சாகமாக வளையவருகிற பேர்வழி, சாஃப்ட்வேர் எழுத உட்கார்ந்துவிட்டால் சச்சின் டெண்டுல்கர் ரேஞ்சுக்கு வேகமும் கச்சிதமும் காட்டுவார், பிரமாதமான திறமைசாலி.

ஆனால் அன்றைக்கு, அவர் பேச்சில் ஏதோ ஒரு விரக்தி தொனிப்பது எனக்குப் புரிந்தது. 'என்னாச்சு? ஏன் ஒருமாதிரியா இருக்கீங்க?' என்று கொஞ்சம் தோண்ட முயன்றேன்.

ஆரம்பத்தில் பேசத் தயங்கிய அவர், விரைவில் தன்னுடைய மன வருத்தங்களைக் கொட்டிவிட்டார், 'நான் சொல்ற நல்ல ஐடியாஸையெல்லாம் என்னோட மேனேஜர் கண்டுக்கமாட்டேங்கறார் சார். ரொம்பக் கஷ்டமா இருக்கு!'

'அடடா!' என்று நான் அவரது வேதனையில் கொஞ்சம் பங்கேற்றேன், அவர் குறிப்பிடும் அந்த யோசனைகளைப் பற்றிக் கேட்டுத் தெரிந்துகொண்டேன்.

நிஜமாகவே, அவை நல்ல யோசனைகள்தாம். ஆனால் அவருடைய மேனேஜர் இதைப் பார்த்தும் பார்க்காமலும் இருக்கிறார் என்றால் என்ன காரணம்?

'இந்த ஐடியாஸையெல்லாம் நீங்க அவர்கிட்ட சொல்லி எவ்ளோ நாள் இருக்கும்?'

'நாலஞ்சு நாள் ஆச்சுங்க' என்றார் அவர் ஆதங்கமாக. 'இதுவரைக்கும் ஒரு பதிலும் இல்லை!'

எனக்குச் சிரிப்புதான் வந்தது. 'நீங்க சொல்லியிருக்கிற ஐடியாக்கள் ஒவ்வொண்ணும் ரொம்பப் பெருசுங்க, அதைப்பத்தி யோசிச்சு ஒரு தீர்மானத்துக்கு வர்றதுக்குப் பத்துப் பதினஞ்சு நாளாவது ஆகாதா? நடுவுல அவருக்கு வேற வேலை எதுவும் இருக்காதா? நீங்க ஏன் அப்படி யோசிக்கக்கூடாது?'

'அதெல்லாம் இல்லைங்க, பார்த்தவுடனே பளிச்சுன்னு உடனே க்ளிக் ஆனாதான் அது நல்ல ஐடியா' என்றார் அவர். 'தள்ளிப்போட்டா அப்புறம் அதுக்கு என்னிக்கும் விடிவு வராது!'

'நீங்க நினைக்கறது தப்பு. சாஃப்ட்வேர்லமட்டுமில்லை, நிஜ வாழ்க்கையிலும்கூட, உங்க ஐடியாவுக்குச் சரியான நேரம் வரும்வரைக்கும், நீங்க அடைகாக்கத்தான் வேணும். நாலு நாள் இல்லை, நாலு வாரம், நாலு மாசம், நாலு வருஷம், ஏன் நாப்பது வருஷம்கூட காத்திருக்கலாம், தப்பில்லை!'

'நாப்பது வருஷமா? நிஜமாவா சொல்றீங்க?'

'ஆமாம்!' என்றேன் நான். அவருக்குக் 'கொரில்லா கண்ணாடி'யின் கதையைச் சொல்ல ஆரம்பித்தேன்.

கிட்டத்தட்ட ஐம்பது வருடங்களுக்குமுன்னால் ஒருநாள், நியூயார்க் நகரத்தைச் சேர்ந்த 'கார்னிங' என்ற கண்ணாடித் தயாரிப்பு நிறுவனம் ஒரு புதுமையான ஆராய்ச்சியில் ஈடுபட்டிருந்தது. அதற்கு 'ப்ராஜெக்ட் மஸில்' என்று ரகசியப் பெயர் சூட்டியிருந்தார்கள்.

'மஸில்' என்றால், சிக்ஸ் பேக்மாதிரி உடம்பில் பலம் ஏற்றிக்கொள்வது, அதுபோல, தாங்கள் தயாரிக்கும் கண்ணாடியின் வலிமையை அதிகப்படுத்தவேண்டும் என்பது அவர்களுடைய திட்டம்.

அப்போது தயாரிக்கப்பட்ட கண்ணாடிகள் அனைத்தும், எளிதில் உடையக்கூடியவையாக இருந்தன. கொஞ்சம் அசட்டையாக இருந்தால் போதும், பாட்டிலோ, ஜன்னலோ தூள் தூளாகிவிடும்.

இதனால், கார்னிங் நிறுவனம் எளிதில் உடையாத ஒரு வலுவான கண்ணாடியைத் தயாரிக்க விரும்பியது. அதற்கான தீவிர ஆராய்ச்சிகளில் இறங்கியது.

கொஞ்ச நாள் கழித்து, அவர்களுடைய ஆராய்ச்சிக்கு வெற்றி. மெலிதான, ஆனால் அதேசமயம் எளிதில் உடையாத, நல்ல பாரம் தாங்கக்கூடிய ஒரு கண்ணாடியை அவர்கள் கண்டுபிடித்துவிட்டார்கள்.

உற்சாகமான கார்னிங் நிறுவனம் மார்க்கெட்டிங் வேலைகளைத் தொடங்கியது. இந்த வலுவான கண்ணாடி யாருக்கெல்லாம் பயன்படும் என்று ஒரு பட்டியல் போட்டார்கள். அவர்களையெல்லாம் நேரில் சென்று பார்த்துத் தங்களுடைய புதிய தயாரிப்பின் பெருமைகளை விளக்கத் தொடங்கினார்கள்.

ஆனால், கார்னிங் விஞ்ஞானிகள், அதிகாரிகளுக்குப் புரிந்த இந்த விஷயம், அவர்களுடைய கஸ்டமர்களுக்குப் புரியவில்லை. 'இந்தக் கண்ணாடியால பெரிசா ஒண்ணும் பிரயோஜனம் இருக்கறமாதிரி தெரியலையே!' என்று உதட்டைப் பிதுக்கினார்கள்.

இப்படி ஒன்று, இரண்டு அல்ல, பல நூறு இடங்களில் அந்தப் புதுமையான கண்ணாடி நிராகரிக்கப்பட்டது. பெரும்பாலான வாடிக்கையாளர்கள் 'எங்களுக்குப் பழைய கண்ணாடியே போதும்' என்று சொல்லிவிட்டார்கள்.

கார்னிங் நிறுவனம் நொந்துபோனது. அங்கிருந்த பலர் 'இத்தனை ஆராய்ச்சியும் வேஸ்ட்' என்று முடிவுகட்டிவிட்டார்கள். அந்த வலுவான கண்ணாடிகளைப் பொட்டலம் கட்டி ஒரு மூலையில் தூக்கிப் போட்டுவிட்டு வழக்கமான மற்ற கண்ணாடிகளைத் தயாரிக்கத் தொடங்கினார்கள்.

இத்தனையும் நடந்தது, 1960களில். அதன்பிறகு, எழுபதுகள், எண்பதுகள், தொண்ணூறுகள் முடிந்து புத்தாயிரமும் பிறந்துவிட்டது. அந்தக் கண்ணாடிகளைத் தயாரித்த தலைமுறைக்குப்பின் இன்னும் இரண்டு தலைமுறைகள் வந்துவிட்டன. பெரும்பாலானோர் அந்தப் புதுமையான கண்டுபிடிப்பை மறந்தே போய்விட்டார்கள்.

ஆனால் கார்னிங்குக்குள் சிலர்மட்டும், அந்தக் கண்ணாடியை இன்னும் ஞாபகத்தில் வைத்திருந்தார்கள். ஏதேனும் ஒருவிதத்தில் அதனை மறுபடி வெளியில் எடுத்துப் பயன்படுத்தமுடியாதா என்று ஏங்கினார்கள். எத்தனையோ தோல்விகள், ஏமாற்றங்களுக்குப்பிறகும், அதற்கான முயற்சிகளைத் தொடர்ந்தார்கள்.

அப்போது, தொலைதொடர்புத்துறையில் சில பெரிய மாற்றங்கள் நிகழ்ந்தன. அதுவரை வெறும் மொபைல் தொலைபேசிகளாகமட்டுமே இருந்த செல்ஃபோன்கள், இப்போது ஒரு கம்ப்யூட்டருக்கு இணையான கூடுதல் செயல்திறன், வசதிகளுடன் 'ஸ்மார்ட்ஃபோன்' என்ற பெயரில் புது அவதாரம் எடுத்தன.

இதனால், செல்ஃபோன் தயாரிப்பு நிறுவனங்கள் தங்களுடைய படைப்புகளை முன்பைவிட வலுவாகவும் அழகாகவும் கவர்ச்சிகரமாகவும் மாற்றும் முயற்சியில் இறங்கினார்கள். இந்தத் துறை சார்ந்த ஆராய்ச்சிகள் அதிவேகமாக முடுக்கிவிடப்பட்டன, நாளுக்குநாள் புதுப்புது அம்சங்கள் அறிமுகப்படுத்தப்பட்டன.

கார்னிங் நிறுவனம் இதைக் கவனித்தது. சட்டென்று அவர்களுக்குத் தங்களுடைய ஸ்பெஷல் கண்ணாடியின் ஞாபகம் வந்தது. அதை இந்த ஸ்மார்ட்ஃபோன்களில்

பயன்படுத்தமுடியுமா என்கிற ஆராய்ச்சியில் இறங்கினார்கள். அந்த ப்ராஜெக்டுக்கு 'கொரில்லா' என்று பெயர் சூட்டினார்கள்.

இதுதொடர்பாக அவர்கள் பல செல்ஃபோன் நிறுவனங்களைச் சந்தித்துப் பேசிக்கொண்டிருந்த நேரம். மேகின்டோஷ் கம்ப்யூட்டர், ஐபாட் போன்றவற்றுக்காகப் புகழ் பெற்றிருந்த ஆப்பிள் நிறுவனம் ஒரு மொபைல் ஃபோனைத் தயாரிக்கும் முயற்சியில் இருந்தது. மற்ற ஃபோன்களில் இல்லாத, பயனுள்ள பல அம்சங்களைத் தேடித் தேடி அறிமுகப்படுத்தியது.

இப்படி அவர்கள் தயாரித்த செல்ஃபோனுக்கு 'ஐஃபோன்' என்று பெயர் சூட்டினார்கள். அதனை விற்பனைக்குக் கொண்டுவருவதற்குமுன் பலவிதமாகப் பரிசோதித்துப்பார்த்தார்கள்.

பொதுவாக ஆண்கள் எல்லாரும் செல்ஃபோனை பான்ட் பாக்கெட்டில்தான் போடுவார்கள், அதோடு கூடவே, வீட்டுச் சாவி, அலுவலகச் சாவி அல்லது கார் சாவியும் கிடக்கும்.

ஐஃபோனில் ஒரு பெரிய பிரச்னை, இந்தச் சாவிகள் அதன் கண்ணாடிப் பகுதியில் கீறல்களை உருவாக்கின. இது ஆப்பிள் விஞ்ஞானிகளுக்குப் பிடிக்கவில்லை. எளிதில் கீறல் விழாத, வலுவான கண்ணாடி எங்கேயாவது கிடைக்குமா என்று தேடத் தொடங்கினார்கள்.

அப்போதுதான், அவர்களுக்குக் 'கார்னிங்' நிறுவனத்தைப்பற்றித் தெரியவந்தது. 'அவங்ககிட்ட ஒரு சூப்பர் ஸ்ட்ராங் கண்ணாடி இருக்கு!'

உடனடியாக, கார்னிங் நிறுவனத்தை அழைத்தது ஆப்பிள். 'உங்க கண்ணாடியை லட்சக்கணக்குல தயாரிச்சுத் தரமுடியுமா?' என்று கேட்டார்கள்.

கார்னிங்கிற்குத் திகைப்பு. 'ஐம்பது வருஷமா ஒரு பய சீண்டாத கண்ணாடி, ஆனா இன்னிக்கு திடுதிப்புன்னு பெரிய லெவல்ல ஆர்டர் குவியுது, இதென்ன கூத்து!'

அதேசமயம், அரை நூற்றாண்டாக அவர்கள் தங்களுடைய தயாரிப்பில் நம்பிக்கை இழக்காததால், இப்படி ஒரு திடீர் வெற்றிக்குத் தயாராகவே இருந்தார்கள். உடனடியாக, புதிய இயந்திரங்கள் அமைக்கப்பட்டன. ஆப்பிள் கேட்டபடி மிக மெலிதான, ஆனால் செம வலுவான கண்ணாடிகள் தயாரிக்கப்பட்டன. அவை ஐஃபோனில் பொருத்தப்பட்டன.

இந்தப் புதிய ஐஃபோனில், கீறல் விழவில்லை, அது கீழே விழுந்தால்கூடச் சுலபத்தில் உடையாது, ஃபோனின் ஒட்டுமொத்த தடிமனும் குறைவு. மக்கள் ஆசையாக அதனை வாங்கிப் பயன்படுத்தினார்கள்.

உடனடியாக, மற்ற ஃபோன் தயாரிப்பாளர்களும் கார்னிங்கை மொய்த்தார்கள், 'எங்களுக்கும் இதே கண்ணாடியைத் தயாரிச்சுத் தரமுடியுமா?'

இன்றைக்கு, 'கொரில்லா ்ளாஸ்' எனப்படும் கார்னிங்கின் இந்தக் கண்ணாடி இல்லாத ஸ்மார்ட் ஃபோன்களே இல்லை என்று சொல்லிவிடலாம், இன்னும் லாப்டாப்கள், டாப்லெ் கம்ப்யூட்டர்கள், டிவிகள் என்று பல எலக்ட்ரானிக் பொருள்களில் இந்தக் கண்ணாடி பயன்படுத்தப்படுகிறது. அதைக் கொண்டு கோடிக்கணக்கில் சம்பாதித்துக்கொண்டிருக்கிறது கார்னிங்.

அறுபதுகளில் இந்தத் தொழில்நுட்பம் முதன்முறையாக உருவாக்கப்பட்டபோது, அதை யாரும் விரும்பவில்லை, பொருட்படுத்தவில்லை, வாங்கவில்லை. காரணம், அது யாருக்கும் தேவைப்படவில்லை. அந்தப் புது யோசனைக்கான நேரம் இன்னும் வரவில்லை.

அரை நூற்றாண்டு கழித்து, இன்றைக்கு அதே கண்ணாடி சூப்பர் டூப்பர் ஹிட். இப்போதுதான் அதற்கான தேவை பிறந்திருக்கிறது. ஆகவே, ஒரு பழைய யோசனை புதிய வெற்றி கண்டிருக்கிறது. காரணம், கார்னிங் நிறுவனம் அதைக் கிடப்பில் போடாமல் தொடர்ந்து ஏதோ ஒருவிதத்தில் திரும்பத் திரும்ப முயற்சி செய்துகொண்டே இருந்ததுதான்.

அவசர யுகம் இது. புதிதாக எதையாவது யோசிக்கிறவர்கள் அது மறுநாளே ஏற்றுக்கொள்ளப்பட்டு அடுத்த வாரமே தயாரிக்கப்பட்டு உடனடியாகக் கோடிகளைக் கொட்டவேண்டும் என்று எதிர்பார்க்கிறார்கள். அதன்படி நடக்காதபோது பெரும் ஏமாற்றம் அடைகிறார்கள். மனத்தளவில் துவண்டுபோய்விடுகிறார்கள்.

உண்மையில், நல்ல யோசனைகள் அனைத்தும் 'கொரில்லா க்ளாஸ்'போல அவற்றுக்கான தேவை வரும்வரை திரும்பத் திரும்பப் பலமுறை மெருகேற்றப்படவேண்டும். அதற்குள் நம்பிக்கை இழந்துவிடக்கூடாது.

சுருக்கமாகச் சொல்வதென்றால், நமக்கு எத்தனை திறமைகள் இருந்தாலும் போதாது, கூடவே நிறையப் பொறுமையையும் விடாமுயற்சியையும் வளர்த்துக்கொள்வது அவசியம்!

தெளிவான எழுத்தும் ஆழமான ஆய்வும் நிறைந்த நூல்களுக்காகத் தமிழ் வாசகர்களிடையில் நன்கு அறியப்பட்டுள்ள என். சொக்கன் புனைவு, வாழ்க்கை வரலாறு, நிறுவன வரலாறு, தன்னம்பிக்கை, சிறுவர் இலக்கியம் உள்ளிட்ட துறைகளில் இதுவரை எழுபதுக்கும் மேற்பட்ட நூல்கள், நூற்றுக்கணக்கான கதைகள், கட்டுரைகளை எழுதியுள்ளார். விரிவான ஆய்வுகள், சான்றுகளின் அடிப்படையிலான ஆழமான வரலாற்று நூல்களைத் தமிழில் எழுத இயலும், அவற்றைப் பெரும்பான்மை வாசகர்களுக்குக் கொண்டுசேர்க்கவும் இயலும் என்பதைப் பலமுறை நிரூபித்த எழுத்து வகை இவருடையது.

தமிழ், ஆங்கிலம் ஆகிய இரு மொழிகளிலும் எழுதும் சொக்கனுடைய நூல்கள் ஹிந்தி, கன்னடம், மலையாளம் உள்ளிட்ட பல மொழிகளில் மொழிபெயர்ப்பாகியுள்ளன.